ഭൂമിയുടെ നിറങ്ങൾ

ചിത്രകലയും പ്രാദേശിക സംസ്കാരങ്ങളും

കലാചന്ദ്രൻ

Bhumiyute Nirangal

Art and Culture

Copyright © Kalachandran, 2021

Cover photograph copyright © 2021 by Kalachandran

Author photograph © Pratheesh

FirstPublished: August, 2021

Published by NotionPress

www.notionpress.com

ദിലീപ് മാഷിന്...

ഈ പുസ്തകത്തിലെ ലേഖനങ്ങളിൽ പലതും മുമ്പ്
പ്രസിദ്ധീകരിച്ചുവന്ന *ചിത്രവാർത്ത, ശാന്തം മാസിക, പൊലി, കേളി,*
വിജ്ഞാനകൈരളി, ചന്ദ്രിക ആഴ്ചപ്പതിപ്പ് തുടങ്ങിയ ആനുകാലികങ്ങളോടും
അവയുടെ എഡിറ്റർമാരോടും ഉള്ള കടപ്പാട് രേഖപ്പെടുത്തുന്നു.

കലാചന്ദ്രൻ

ചിത്രകല, കവിത, പ്രാദേശിക സംസ്കാരം എന്നിവയുമായി ബന്ധപ്പെട്ട്
ആനുകാലികങ്ങളിൽ എഴുതുന്നു. *കാവ്യം കളിയാട്ടവും, പാട്ടും ദേശവും* എന്നിവ
പുസ്തകങ്ങൾ. ഇപ്പോൾ സംസ്കൃത സർവകലാശാലയിൽ ഗവേഷക. ഇ-
വിലാസം: kalachandran.kavitha@gmail.com

ഉള്ളടക്കം

ഓരോ പ്രദേശത്തിനും അതാതിന്റേതായ സംസ്കാരമുണ്ട്. സംസ്കാരം എന്നത് ജീവിതരീതി തന്നെയാണ്. ഭാഷ, ചരിത്രം, ആചാരാനുഷ്ഠാനങ്ങൾ, ഭക്ഷണം, പാർപ്പിടം, കലാവിഷ്കാരങ്ങൾ, അധികാരബന്ധങ്ങൾ തുടങ്ങിയവയെല്ലാം ചേർന്നതാണ് ഈ സംസ്കാരം. സംസ്കാരത്തിന്റെ പല അടരുകളും നിത്യജീവിതത്തിന്റെ സാധാരണതകളിൽ കലർന്നു കിടക്കുകയാണ്. ഇത്തരം അടരുകളെ സാധ്യമായ മറ്റൊരു വിധത്തിൽ, അടുത്തു നിന്ന് നോക്കിക്കാണുവാനും അവയുടെ സാംസ്കാരികവും രാഷ്ട്രീയവുമായ അകപ്പൊരുളുകൾ എന്തെന്നന്വേഷിക്കുവാനുമുള്ള ശ്രമമാണ് ഈ പുസ്തകം. ഏതെങ്കിലും സവിശേഷ ജ്ഞാനമേഖലയുടെ സൈദ്ധാന്തിക ചിട്ടവട്ടങ്ങളെ കൃത്യമായി പാലിച്ചോ പിൻപറ്റിയോ അല്ല ഈ ലേഖനങ്ങൾ തയ്യാറാക്കിയിട്ടുള്ളത്. മിക്കപ്പോഴും അവ ഒന്നിലധികം ജ്ഞാനപദ്ധതികളെ സ്പർശിക്കുകയും കണ്ണി ചേർക്കുകയും ചെയ്യുന്നു. കലർപ്പറ്റ ജീവിതവും കലർപ്പറ്റ അറിവു രൂപങ്ങളും അസാധ്യമാണെന്ന ബോധ്യം ഇതിനു പിന്നിലുണ്ട്. പ്രാദേശികത, കീഴാളത, സ്ത്രൈണത, കല, പ്രകൃതി, ചരിത്രം, ഭാഷ തുടങ്ങി വിവിധ വിതാനങ്ങളിലൂടെ കയറിയിറങ്ങിപ്പോകുന്ന ഒരു നാട്ടുനടത്തമായി ഈ പുസ്തകത്തെ കാണാം.

-കലാചന്ദ്രൻ

കാവുതീണ്ടൽ: ജാതിയും ശരീരവും

കാവുകളും ക്ഷേത്രങ്ങളും കേവല ആരാധനാലയങ്ങളല്ല. മറിച്ച് ഓരോ ദേശത്തെയും വിഭവോല്പാദന വിഭവവിനിമയ ഘടനയിൽ നിർണ്ണായക സ്ഥാനം വഹിക്കുന്ന അധികാരകേന്ദ്രങ്ങൾ കൂടിയായാണ് അവ നിലനിൽക്കുന്നത്. കാവുകളുടെയും ക്ഷേത്രങ്ങളുടെയും ഭൂപരമായ സ്ഥാനം ഇത് തെളിയിക്കുന്നുണ്ട്. കുടിയിരിപ്പുകളോടോ ക്ഷേത്രങ്ങളോടോ ചേർന്നാണ് പൊതുവേ കാവുകളുടെ സ്ഥാനം. കുടിയിടങ്ങളുടെയും കൃഷിയിടങ്ങളുടെയും സംരക്ഷണ സ്ഥാനം ആയിരിക്കുന്നതോടൊപ്പം ഉല്പാദന പ്രക്രിയയിൽ ഏർപ്പെടുന്ന വിവിധ ജാതിതൊഴിൽക്കൂട്ടങ്ങളുടെ നിയന്ത്രണ സ്ഥാനങ്ങൾ കൂടിയാവുന്നു ഇവ. സാമൂഹികമായ മേൽ - കീഴ് ബന്ധങ്ങളെ ഉറപ്പിക്കുകയും തൊഴിൽ കൂട്ടങ്ങളെ ശ്രേണീബദ്ധമായ ക്രമത്തിൽ നിലനിർത്തിപ്പോരുകയും ചെയ്യുന്ന കാവുകൾ, ആചാരങ്ങൾ, അനുഷ്ഠാനങ്ങൾ തുടങ്ങിയ വ്യവഹാരങ്ങളിലൂടെയാണ് ഇത് സാധിച്ചെടുക്കുന്നത്.

മൂന്നിയൂർ കളിയാട്ടക്കാവ് മേൽപ്പറഞ്ഞ വിധം ഒരധികാരസ്ഥാനമായി വർത്തിക്കുകയും കാവിലെ പ്രധാന വ്യവഹാരമായ കളിയാട്ടത്തോടനുബന്ധിച്ചുള്ള വിവിധ ചടങ്ങുകളിലൂടെ ജാതി വ്യവസ്ഥയെയും അധികാര ക്രമങ്ങളെയും സൂക്ഷ്മമായി പാലിക്കുകയും

ദൃഢപ്പെടുത്തുകയും ചെയ്യുന്നതായി കാണാം. മലപ്പുറം ജില്ലയിലെ തിരൂരങ്ങാടി താലൂക്കിലാണ് മൂന്നിയൂർ കളിയാട്ടക്കാവ് സ്ഥിതിചെയ്യുന്നത്. ഇത് ഒരു ഭഗവതിക്കാവാണ്. കടലുണ്ടിപ്പുഴയുടെ കരയിലായി വിസ്തൃതമായ വയലിനോട് ചേർന്നാണ് ഇതിന്റെ സ്ഥാനം. വിളിവെള്ളി എന്ന നായർ തറവാട്ടുകാരാണ് കാവിന്റെ ഊരാളർ.

കളിയാട്ടക്കാവിലെ വ്യവഹാരങ്ങളിൽ പ്രധാനം ഇടവമാസത്തിലെ ആദ്യത്തെ തിങ്കളാഴ്ച ആരംഭിച്ച് പതിനേഴ് ദിവസം നീളുന്ന 'കളിയാട്ടം' ആണ്. ഇതിൽ പന്ത്രണ്ടാമത്തെ ദിവസം ആണ് 'കാവുതീണ്ടൽ' ആയി കണക്കാക്കപ്പെടുന്ന 'കുതിരക്കളിയാട്ടം' അരങ്ങേറുന്നത്. മുള, കുരുത്തോല, തുണി എന്നിവ ഉപയോഗിച്ച് നിർമ്മിക്കുന്ന പൊയ്ക്കുതിരകളെ കാവിലേക്ക് എഴുന്നള്ളിക്കുന്ന ചടങ്ങാണിത്. കാവുമായി ബന്ധപ്പെട്ട ദേശങ്ങളിലെ സാമ്പവർ/ പെരുമ്പറയർ, ചെറുമർ, കണക്കർ, പുലയർ തുടങ്ങിയ കീഴാളജാതിക്കൂട്ടായ്മകളാണ് കുതിരകളെ എഴുന്നള്ളിക്കുന്നത്. തോറ്റംപാട്ടുകളുടെയും വാദ്യങ്ങളുടെയും അകമ്പടിയോടെ പ്രായ ലിംഗഭേദമന്യേ അതാത് കൂട്ടായ്മയിലെ അംഗങ്ങൾ ഇതിൽ പങ്കാളികളാവുന്നു. പതിനേഴ ദിവസത്തെ കളിയാട്ടങ്ങളിൽ ഉത്സവാത്മകത (carnival) പ്രകടമാവുന്ന ഒരേയൊരു സന്ദർഭം കുതിരക്കളിയാട്ടത്തിന്റേതാണ്. ഇത് 'ചെറുമക്കളുടെ കളിയാട്ടമാണ്' എന്ന ധാരണ പൊതു സമൂഹം പങ്കുവെക്കുന്നുണ്ട്. മാത്രവുമല്ല, കീഴാള ജാതി സമൂഹങ്ങൾക്ക് കാവിൽ പ്രവേശിക്കാനും ദേവിയെ ദർശിക്കാനും സ്വാതന്ത്ര്യമുള്ള ദിവസമായും ഇതിനെ കണക്കാക്കുന്നു. ഊരുചുറ്റി കാവിലേക്ക് എഴുന്നള്ളിക്കുന്ന പൊയ്ക്കുതിരകളെ 'കുതിരപ്പിലാക്കൽ' എന്ന അരയാൽത്തറയിൽവെച്ച് അഴിക്കുന്നതാണ്/ തല്ലിപ്പൊളിക്കുന്നതാണ് കുതിര ക്കളിയാട്ടത്തിന്റെ 'അഴിക്കൽ' ചടങ്ങ്. ഈ ചടങ്ങ് ദേവിക്ക് സമർപ്പിക്കുന്ന ബലിയാണ് എന്നും ദേവിയെ ആക്രമിക്കാൻ വന്ന ശത്രുക്കൾ തമ്മിൽ പടവെട്ടി മരിക്കുന്നതിന്റെ പ്രതീകമാണ് എന്നും മറ്റും മറ്റുമായി ഐതിഹ്യങ്ങൾ നിലനിൽക്കുന്നുണ്ട്.

ഇടവപ്പാതിക്കോ അതിന് തൊട്ടടുത്ത ദിവസങ്ങളിലോ ആണ് കുതിരക്കളിയാട്ടം നടക്കുന്നത്. വെള്ളിയാഴ്ച്ചക്കളിയാട്ട

ദിവസം മഴ പെയ്യുമെന്നാണ് പ്രാദേശികമായ വിശ്വാസം. കീഴ്ജാതിക്കാരുടെ പ്രവേശനത്തോടെ അശ്ലുദ്ധമാക്കപ്പെട്ട കാവും പരിസരവും ശുദ്ധീകരിക്കുന്നതിനുള്ള ദൈവികമായ ഒരു ഉപാധിയാണ് ഈ മഴ എന്ന് പാരിസ്ഥിതികവും തദ്ദേശിയവുമായ കാലഗണനയെ വിശ്വാസവുമായും ജാതിക്രമങ്ങളുമായും ചേർത്തുവെക്കുന്നതു കാണാം. കേരളത്തിന്റെ കാലാവസ്ഥയെ നിർണ്ണയിക്കുന്ന ഇടവപ്പാതി (തെക്കുപടിഞ്ഞാറൻ മൺസൂൺ) പോലുള്ള പ്രകൃതിപ്രതിഭാസത്തെ പ്രാദേശികമായി നിലനിൽക്കുന്ന സാമൂഹികാധികാരത്തെയും അതിന്റെ വ്യവസ്ഥകളെയും ദൃഢപ്പെടുത്തുന്നതിനുള്ള പ്രത്യയശാസ്ത്ര ഉപകരണമാക്കുന്നതായി മനസ്സിലാക്കാം.

കാവും കാവിലെ വ്യവഹാരങ്ങളും കീഴാളമാണ് എന്ന പൊതുബോധം നിലനിർത്തുമ്പോഴും ബ്രാഹ്മണികമായ പ്രത്യയശാസ്ത്രം ശുദ്ധാശുദ്ധിയുടെ രൂപത്തിൽ കളിയാട്ടത്തെയും കളിയാട്ടക്കാവിനെയും നിയന്ത്രിച്ച് നിർത്തുന്നുണ്ട്. കീഴ്ജാതിക്കാർ 'കാവുതീ'ണ്ടുന്ന വെള്ളിയാഴ്ചക്കളിയാട്ടത്തിനു തലേ ദിവസം രാത്രി ദേവിയുടെ സാന്നിധ്യം ഉണ്ടെന്ന് വിശ്വസിക്കപ്പെടുന്ന പീഠവും ചിലമ്പും കാവിൽനിന്നു മാറ്റി 'പൈങ്ങാങ്കുളങ്ങരെ' കൊണ്ടു വെക്കുന്നു. ദേവിയുടെ ഈ സ്ഥാനാന്തരത്തെ സാധൂകരിക്കുന്നതിനുള്ള ഒരാഖ്യാനം, ശത്രുക്കൾ തന്നെ ആക്രമിക്കാൻ വന്നപ്പോൾ ദേവി കാവിൽ നിന്നിറങ്ങി പൈങ്ങാങ്കുളങ്ങരെ ചെന്നിരുന്നു എന്നതാണ്. കാവുതീണ്ടിയ കീഴാളർ കുതിരക്കളിയാട്ടം കഴിഞ്ഞ് മടങ്ങുകയും കാവ് പുണ്യാഹം തളിച്ച് 'ശുദ്ധി' വരുത്തുകയും ചെയ്തതിനു ശേഷമാണ് ദേവിയെ (പീഠവും ചിലമ്പും) തിരിച്ച് കാവിൽ പ്രതിഷ്ഠിക്കുന്നത്.

ശരീര കേന്ദ്രിതമായ ഒരു രാഷ്ട്രീയ വ്യവഹാരമാണ് 'തീണ്ടൽ'. 'തീണ്ട്' എന്ന ധാതുവിൽ നിന്നാണ് തീണ്ടൽ എന്ന നാമപദം രൂപപ്പെടുന്നത്. തീണ്ട് എന്നതിന് അടുത്ത് വരിക, സ്പർശിക്കുക, അശുദ്ധിയാവുക എന്നൊക്കെയാണ് ശബ്ദതാരാവലിയിൽ അർത്ഥം നൽകിക്കാണുന്നത്. സ്പർശം, കാഴ്ച, സാന്നിദ്ധ്യം എന്നിവയെല്ലാം 'തീണ്ട'ലിന് കാരണമാണ്. ഇവയെല്ലാം ശരീരബദ്ധമായ സന്ദർഭങ്ങളോ അവസ്ഥകളോ ആണ്. 'ശരീരം' കേവല ശരീരമല്ല,

മറിച്ച് ജാതിവ്യവസ്ഥ നിർമ്മിച്ചും നിയന്ത്രിച്ചും നിർണ്ണയിച്ചും നിലനിർത്തിപ്പോരുന്ന ജാതി ശരീരങ്ങളാണ്.

സാമൂഹികാധികാരത്തിന്റെ മണ്ഡലത്തിൽ ബ്രാഹ്മണർ മുകളിലും മറ്റ് ജാതിക്കാർ താഴേക്ക് ക്രമത്തിലും വിന്യസിക്കപ്പെടുന്ന, പിരമിഡ് ആകൃതിയിലുള്ള ഒരു ജാതിഘടന നിലനിൽക്കുന്നതായി കാണാം. തീണ്ടലിന്റെ കാര്യത്തിൽ ബ്രാഹ്മണർ കേന്ദ്രത്തിലും മറ്റ് ജാതിക്കൂട്ടങ്ങൾ അതിനു ചുറ്റും, ജാതിക്രമത്തിൽ താഴേതട്ടിൽ സ്ഥാനപ്പെടുത്തിയിട്ടുള്ള ജാതിക്കൂട്ടങ്ങൾ ഏറ്റവും പുറം വലയത്തിലും വിന്യസിക്കപ്പെടുന്നു. ജാതികൾ തമ്മിൽ പാലിക്കേണ്ടുന്ന 'അകലം' ആണ് ഇവിടെ പ്രധാനം. ഓരോ ജാതിയും മറ്റു ജാതികളുമായി പുലർത്തേണ്ട അകലം കൃത്യമായി നിർണ്ണയിക്കപ്പെട്ടിട്ടുണ്ട്. തീണ്ടലിനെ സംബന്ധിക്കുന്ന ഈ ഘടന കാവുകൾ, ക്ഷേത്രങ്ങൾ തുടങ്ങിയ ആരാധനാ സ്ഥാനങ്ങൾക്കും ബാധകമാണ്.

കീഴാളരുടെ സാന്നിധ്യം കൊണ്ടുണ്ടാവുന്ന അശുദ്ധിയെ ഭയന്ന് ദേവിയെ മാറ്റി സ്ഥാപിക്കുന്നതിലൂടെ പുനർനിർമ്മിക്കപ്പെടുന്ന ദൈവിക ഇടത്തിൽ അഥവാ 'ദൈവം' അസന്നിഹിതമായ ദൈവിക ഇടത്തിൽ വെച്ചാണ് 'കാവുതീണ്ടൽ' നടക്കുന്നത്. ചുരുക്കത്തിൽ മറ്റ് കാവുകളിൽ കാണാവുന്നതു പോലെ ഒരു 'തീണ്ടൽ' ഇവിടെ സംഭവിക്കുന്നില്ല എന്നത് പ്രധാനമാണ്. എന്നാൽ കാവുതീണ്ടൽ നടന്നു എന്ന പ്രതീതി സൃഷ്ടിക്കപ്പെടുകയും ചെയ്യുന്നു. കീഴാള സമൂഹങ്ങളെ ശത്രുസ്ഥാനത്ത് അവരോധിക്കുകയും അവരുടെ ശാരീരികവും സർഗ്ഗാഗാത്മകവുമായ ഊർജ്ജത്തെ ഭയക്കുകയും അകറ്റി നിർത്തുകയും ചെയ്യുന്ന അധീശ പ്രത്യയശാസ്ത്രം ഇവിടെയും പ്രകടമാവുന്നു.

വൃക്ഷത്തിന്റെ കല

കാട്ടുകളിൽ നിന്നാണ് മനുഷ്യന്റെ ഉല്പത്തി. പ്രാചീന മനുഷ്യർക്ക് അന്നവും അഭയവും എല്ലാം കാട്ടുകൾ ആയിരുന്നു. കായ്കനികൾ ശേഖരിച്ചും മൃഗങ്ങളെ വേട്ടയാടിയും കഴിഞ്ഞ ആദിമകാലങ്ങളിൽത്തന്നെ പ്രകൃതിശക്തികളോടുള്ള ഭയവും കൂടെയുണ്ടായിരുന്നു. പ്രകൃതി രൂപങ്ങളായ ജലം, വായു, അഗ്നി, ഭൂമി, ആകാശം തുടങ്ങിയവയെല്ലാം പ്രാചീന മനുഷ്യരുടെ ദേവതകളായിത്തീർന്നു. വൃക്ഷങ്ങളെയും ആരാധിക്കാൻ തുടങ്ങുന്നത് അക്കാലങ്ങളിലായിരുന്നിരിക്കാം. ജീവന്റെ ഉറവിടവും അഭയസ്ഥാനവുമായ വൃക്ഷങ്ങളെ മാതൃദൈവമായിക്കൂടി പരിഗണിച്ചു പോന്നു. പ്രപഞ്ചത്തിന്റെ പ്രതിരൂപമായ വൃക്ഷങ്ങൾ ആരാധനയുടെ കേന്ദ്രസ്ഥാനമായിത്തീർന്നതിൽ അവക്കുള്ള സ്ത്രൈണ ഭാവവും ഉൾച്ചേർന്നിരിക്കാം. വൃക്ഷങ്ങളുടെ ചുവട്ടിൽ ദേവതകളെ കുടിയിരുത്തി ആരാധിക്കാൻ തുടങ്ങുന്നത് കാട്ടുകളിൽ നിന്നും വയലുകളിലേക്കുള്ള സംസ്കൃതിയുടെ പരിണാമഘട്ടത്തിലാവണം. നദീതടങ്ങളിലോ വയൽക്കരകളിലോ 'കാവുകൾ' രൂപപ്പെടാൻ തുടങ്ങി. വള്ളിച്ചെടികളും വൃക്ഷങ്ങളും നട്ടുവളർത്തി കാവുകൾ നിർമ്മിക്കാനും ആരാധിക്കാനും തുടങ്ങി. അമ്മദൈവങ്ങൾക്കും സർപ്പങ്ങൾക്കും യക്ഷികൾക്കും എല്ലാം വെവ്വേറെ കവുകൾ ഉണ്ടായി. ഭഗവതിയോടൊപ്പം തന്നെ കേരളീയർ ആരാധിക്കുന്ന ദേവതയാണ് യക്ഷി. പാലുള്ള വൃക്ഷങ്ങളാണ് ഭഗവതിയുടെയും യക്ഷിയുടെയും സ്ഥാനം. പാല, പന, കാഞ്ഞിരം, തുടങ്ങിയവ ഇത്തരത്തിൽ

പ്രാധാന്യമുള്ള വൃക്ഷങ്ങളാണ്. അരയാൽ വൃക്ഷമാണ് മറ്റൊരു ആരാധനാ സ്ഥാനം. വൈദിക വൈദികേതര പാരമ്പര്യങ്ങളിലെല്ലാം അരയാൽ പ്രധാനപ്പെട്ട ആരാധനാ സ്ഥാനമാണ്. ക്ഷേത്രങ്ങൾക്കു മുൻപിൽ അരയാലുകൾ തറ കെട്ടി പരിരക്ഷിക്കുന്ന പതിവുണ്ട്. അരയാലിന് ബുദ്ധമതവുമായി നേരിട്ട് ബന്ധമുള്ളതായി കാണാം. അരയാൽ 'ബോധിദ്രുമ'മാണ്. ബോധിവൃക്ഷച്ചുവട്ടിലാണ് 'ബുദ്ധൻ' ഉണ്ടാവുന്നത്. അങ്ങനെ അരയാൽ ബുദ്ധന്റെ തന്നെ പ്രതിരൂപമായി. മൗര്യകാലഘട്ടത്തിൽ ബുദ്ധമത പ്രചാരണാർത്ഥം അശോക ചക്രവർത്തി പണികഴിപ്പിച്ച സ്തൂപങ്ങളും സ്തംഭങ്ങളും ബോധിവൃക്ഷത്തെ സൂചിപ്പിക്കുന്നവയാണ്.

തെക്കേ ഇന്ത്യയിൽ പൊതുവെയും കേരളത്തിൽ വ്യാപകമായും വൃക്ഷാരാധന പ്രധാനമാണ്. പ്രാദേശിക സംസ്കാരങ്ങളിൽ വൃക്ഷച്ചുവടുകളിൽ കല്ലുവെച്ചാരാധിക്കുകയോ വിളക്കു വെച്ചാരാധിക്കുകയോ ചെയ്യുന്നതു കാണാം.പ്രേതാത്മാക്കൾക്കും പൂർവ്വികർക്കും ഉള്ള വെച്ചാരാധനയും അലരി പോലുള്ള വൃക്ഷച്ചുവടുകളിലാണ് നടത്തുക. കാവുകളിൽ നിന്നും വള്ളിയോ മരമോ മുറിക്കുന്നതിനു മുൻപ് ദേവതകളോട് സമ്മതം ചോദിക്കുന്ന ശീലവും നാട്ടു വ്യവഹാരങ്ങളിൽ കണ്ടുവരുന്നു. മനുഷ്യപ്രകൃതി ബന്ധുത്വത്തിന്റെ അഗാധമായ തലങ്ങൾ വാമൊഴിവഴക്കങ്ങളിലും പ്രാദേശികമായ അനുഷ്ഠാനങ്ങളിലും പ്രത്യക്ഷമാവുന്നു. മൂന്നിയൂർ കളിയാട്ടക്കാവിലെ തോറ്റം പാട്ടുകളിൽ, പ്രകൃതിയെ മനുഷ്യരുടെ തുടർച്ച തന്നെയായി രേഖപ്പെടുത്തുന്ന അനേകം സന്ദർഭങ്ങൾ ഉണ്ട്.

'അമ്മോനെ മര്മോനെപ്പോലെ

രണ്ട്ണ്ട് മരങ്ങള്

അച്ഛനെ മകനെപ്പോലെ രണ്ട്ണ്ട്

മരങ്ങള്

ഏട്ടനനിയനെപ്പോലെ രണ്ട്ണ്ട് മരങ്ങള്

എന്നിങ്ങനെ മരത്തിന്റെ സ്വത്വത്തെ മനുഷ്യ സ്വത്വവുമായി ചേർത്ത് വെക്കുന്നു.

'തച്ചന കണ്ട്ട്ടതാ മരങ്ങളും കരയ്ണ്

മരങ്ങളെ കണ്ട്ട്ടതാ തച്ചനും കരയ്ണ്'

എന്നിങ്ങനെ മനുഷ്യപ്രകൃതിയുടെയും ബാഹ്യ പ്രകൃതിയുടെയും വൈകാരിക സ്വത്വങ്ങളെ കൂടി അഭിസംബോധന ചെയ്യുന്നു തോറ്റം.

ഏറനാടൻ ഗ്രാമങ്ങളിൽ താലപ്പൊലിയുടെ ഭാഗമായി നടത്തുന്ന 'പാലക്കൊമ്പ്' എന്ന ചടങ്ങിലും വൃക്ഷത്തിന് കേന്ദ്രസ്ഥാനം കൈവരുന്നതു കാണാം. കാവിൽ നിന്നോ ക്ഷേത്രത്തിൽ നിന്നോ എഴുന്നള്ളിക്കുന്ന പാലയുടെ ശിഖരം ഒരു പൊതു സ്ഥലത്ത് എത്തിച്ചേരുന്നു. കൊയ്ത്തൊഴിഞ്ഞ പാടമോ മൈതാനമോ നിരപ്പുള്ള പറമ്പോ ആയിരിക്കും ഈ പൊതു സ്ഥലം. ഭൂമിയിൽ നാട്ടുന്ന ഈ പാലക്കൊമ്പിനെ കേന്ദ്രമാക്കിയാണ് കോമരങ്ങൾ ഉറഞ്ഞ് തുള്ളുന്നതും വാദ്യഘോഷങ്ങൾ മുഴക്കുന്നതും. പാലമരത്തിന്റെ ഇലയോടു കൂടി മുറിച്ചെടുത്ത ശിഖരമാണ് എഴുന്നള്ളിക്കുന്നതും ഭൂമിയിൽ നാട്ടുന്നതും. കളിച്ചും കൃഷി ചെയ്തും തികച്ചും സാധാരണമായിക്കിടന്ന ഭൂമിയെ ഒരു സവിശേഷ ഇടമാക്കി മാറ്റുവാൻ വൃക്ഷത്തിന്റെ ഈ പ്രതിഷ്ഠാപനം സഹായിക്കുന്നു. ഈ ശിഖരത്തിനു ചുറ്റും ഒരു വൃത്തരൂപത്തിനകത്താണ് കോമരങ്ങൾ തുള്ളുന്നത്. ചുവപ്പ്, കറുപ്പ് നിറങ്ങൾ ഉള്ള വസ്ത്രം/പട്ട്, മഞ്ഞൾ വെള്ളം, വൃക്ഷശിഖരം, ഭൂമി എന്നിവ ചേർന്ന് നിർമ്മിക്കുന്ന വർണ്ണവിന്യാസവും കാൽത്തള, പള്ളിവാൾ, അരമണികൾ, മേളം എന്നിവ ഒരുക്കുന്ന ശബ്ദവിന്യാസവും മറ്റെല്ലാ നാട്ടുകലകളുടെയും അനുഭവ സ്ഥലത്തെ ഓർമ്മിപ്പിക്കുന്നുണ്ട്. ചെങ്കല്ലുകൾ നിറഞ്ഞ ഉയർന്ന പ്രദേശങ്ങളിൽ സുലഭമായ വൃക്ഷമാണ് പാല. തീക്ഷ്ണമായ ഗന്ധമുള്ള പാലപ്പൂവും പാലമരവും അനേകം മിത്തുകൾക്കും വിശ്വാസങ്ങൾക്കും അടിസ്ഥാനമായിരിക്കുന്നു.

പാലയുടെ ശിഖരത്തെ ആരാധനയുടെ കേന്ദ്രബിംബമാക്കുന്നത് പ്രകൃതിയുമായുള്ള ആ ഇടത്തെ മനുഷ്യരുടെ ബന്ധത്തെ നിർവചിക്കുന്നുണ്ട്. ഗ്രീഷ്മ കാലത്തിന്റെ മൂർദ്ധന്യത്തിൽ, ചൂട് കൂടുതൽ ഉള്ള പകൽ നേരത്താണ് 'പാലക്കൊമ്പ്' നടത്തുന്നത്. ഈ സവിശേഷ കാലാവസ്ഥയും നിറശബ്ദ വിന്യാസങ്ങളും പ്രാദേശിക

സംസ്കൃതിയുടെ അബോധ തലങ്ങളെ സ്പർശിക്കുന്നവയാണ്. ഉർവരതാനുഷ്ഠാനങ്ങളായ ഈ ചടങ്ങുകൾ ഭൂമിയെയും അതിലെ അധിവാസത്തെയും കുറിച്ചുള്ള ആധുനികപൂർവ സമൂഹങ്ങളുടെ ഭാവനയും കൂടി രേഖപ്പെടുത്തുന്നു. വൃക്ഷം എന്ന രൂപകം ഭൂമിയുടെ ദേവതകളെയും ആകാശത്തിന്റെ ദേവതകളെയും മനുഷ്യരുമായി ബന്ധപ്പെടുത്തുന്നു. വേരുകളിലൂടെ ഭൂമിയിലേക്കും ചില്ലകളിലൂടെ ആകാശത്തോളവും സഞ്ചരിക്കുന്ന വൃക്ഷം കൃഷിയെ അടിസ്ഥാനമാക്കിയ ജനപദങ്ങളുടെ ഉല്പാദന ക്രമങ്ങളിലേക്കുള്ള ചൂണ്ടുവിരൽ കൂടിയാണ്. ആരാധനയുടെ കേന്ദ്രബിംബമായി വൃക്ഷശിഖരം മാറുന്നത് അതിനുള്ള പ്രതീകാത്മകത കൊണ്ടാണ്.

മണ്ണിനേയും മഴയേയും തോറ്റിയുണർത്തുന്ന ഇത്തരം വ്യവഹാരങ്ങൾ ഗോത്ര പാരമ്പര്യങ്ങളിൽ വേരുറച്ചതും ഭൂമിയും മനുഷ്യരും തമ്മിലുള്ള പുരാതനമായൊരു വിനിമയത്തിന്റെ സങ്കീർണ്ണതലങ്ങൾ ഉൾച്ചേർന്നവയുമാണ്.

കുതിരകെട്ട്: കലയുടെ ദേശവഴി

ഓരോ കൂട്ടത്തിന്റേയും(folk) ജീവിത പരിസരവും ഭൗതിക പ്രകൃതിയും ചേർന്ന് രൂപപ്പെടുത്തുന്ന പാരമ്പര്യമാണ് നാടോടിക്കലയുടെ പ്രാഥമിക തലം. തൊഴിൽ, ആചാരാനുഷ്ഠാനങ്ങൾ, വിനോദം തുടങ്ങിയ നിത്യ ജീവിത വ്യവഹാരങ്ങളുടെ തുടർച്ചയോ അനുബന്ധമോ ആയാണ് നാടോടിക്കലകളുടെ പ്രയോഗവും നിലനിൽപ്പും സാധ്യമാവുന്നത്. ആധുനിക ലോകബോധം മുന്നോട്ട് വെക്കുന്ന 'കല'യെക്കുറിച്ചുള്ള സങ്കല്പത്തിൽ നിന്നും ഇത് തീർത്തും വ്യത്യസ്തമാണ്.

മലപ്പുറം ജില്ലയിലെ പ്രധാന ഭഗവതിക്കാവുകളിലൊന്നായ മൂന്നിയൂർ കളിയാട്ടക്കാവിലെ ആചാരങ്ങളുടെയും അനുഷ്ഠാനങ്ങളുടെയും ഭാഗമായ കുതിരകെട്ട്/കെട്ടുകുതിര ഒരു കലാരൂപം എന്ന നിലയിൽ തിരിച്ചറിയപ്പെടുകയോ പരിഗണിക്കപ്പെടുകയോ ചെയ്യുന്നില്ല. മൂന്നിയൂർ കളിയാട്ടക്കാവുമായി ബന്ധപ്പെട്ട് നടക്കുന്ന പ്രധാന വ്യവഹാരമാണ് കുതിരക്കളിയാട്ടം. പന്ത്രണ്ട് ദിവസം നീളുന്ന കളിയാട്ടത്തിൽ കീഴാള സമൂഹങ്ങളുടെ മുൻകയ്യിൽ കെട്ടുതിരകളെ കാവിലേക്ക് എഴുന്നള്ളിക്കുന്ന 'വെള്ളിയാഴ്ചക്കളിയാട്ട'ത്തെ/ പ്രധാന കളിയാട്ടത്തെ മാത്രമാണ് കുതിരക്കളിയാട്ടം എന്ന് പൊതുവേ വിവക്ഷിക്കുന്നത്. എന്നാൽ കെട്ടുകുതിരകളുടെ നിർമ്മാണവും അവയുമായുള്ള ഊരുചുറ്റലും

കാവിലേക്കുള്ള എഴുന്നള്ളിക്കലും കാവിൽ വെച്ച് അവയെ പൊളിക്കലും ചേർന്ന ബൃഹത്തായ ഒരു കലാ വ്യവഹാരം ആണ് കുതിരക്കളിയാട്ടം എന്നു കാണാം. ഈ വ്യവഹാരത്തിൽ ആട്ടം, കൊട്ട്, പാട്ട്, ശില്പവിദ്യ തുടങ്ങിയ വിവിധ മാധ്യമങ്ങളുടെ ലാവണ്യാംശങ്ങൾ ഉൾച്ചേർന്നിട്ടുണ്ട്.

കുതിരകെട്ടിന്റെ ശിൽപ്പഭാഷ

മുള, കുരുത്തോല, കറുപ്പും ചുവപ്പും വെളുപ്പും നിറങ്ങളിലുള്ള തുണി എന്നിവയാണ് കുതിരകെട്ടിനുള്ള പ്രധാന അസംസ്കൃത വസ്തുക്കൾ. ഇവ പ്രാദേശികമായി എളുപ്പം ലഭ്യമായ പദാർത്ഥങ്ങളാണ്. നിർമ്മാണ വസ്തുക്കളും നിർമ്മാതാക്കളും തമ്മിലുള്ള ജൈവിക ബന്ധം നാടോടി കലകളുടെയും ഒരു പൊതു സവിശേഷതയാണ്. കളമെഴുത്തോ മുഖത്തെഴുത്തോ ഒക്കെ പോലെ കുതിരകെട്ടിലും നിർമ്മാണത്തിന്റെ ഒരു ക്രമം അല്ലെങ്കിൽ കൈക്കണക്ക് പാലിക്കുന്നതു കാണാം. കാവിലേക്ക് കുഞ്ഞിക്കുതിരകളെയാണ് കെട്ടിയെഴുന്നള്ളിക്കുന്നത്. ഇവയ്ക്ക് ഒരു മുഴം നീളമുള്ള കഴുത്ത്, ഒരു മുഴം ഉയരമുള്ള ഉടൽ, അത്ര തന്നെ നീളമുള്ള കാലുകൾ, രണ്ടു മുഴം നീളമുള്ള ഉടൽ എന്ന അനുപാതം പുലർത്തുന്നു. മേൽപ്പറഞ്ഞഅളവുകൾ നിലനിർത്തിക്കൊണ്ട് മുളക്കഷ്ണങ്ങൾകൊണ്ട് കുതിരയുടെ പ്രാഥമിക രൂപം നിർമ്മിക്കുന്നു. ഇതിനുമേൽ തുണിചുറ്റി കുതിരയുടെ രൂപം ഉണ്ടാക്കുന്നു. തുടർന്ന് നിശ്ചിത എണ്ണം കുരുത്തോലകൾ ചേർത്തു ചുരുട്ടി 'കൊണ്ടകൾ' കുരുത്തോല വളയങ്ങൾ കെട്ടി കുതിരയുടെ തലഭാഗവും കഴുത്തിനു പിൻഭാഗവും അലങ്കരിക്കുന്നു. കുരുത്തോലകൾ ചീകി രണ്ടുഭാഗവും വകഞ്ഞിട്ട് കുതിരയുടെ പുറവും ഓല ചീകി ചെറിയ നീളത്തിൽ ചേർത്ത്കെട്ടി മുഖവും കുഞ്ചിരോമവും നിർമ്മിക്കുന്നു.

വർണബോധം / ലിംഗഭേദം

ഈ കുതിരകളിൽ ആൺ പെൺ ഭേദമുണ്ട്. രൂപപരമായി ഈ വ്യത്യാസം തിരിച്ചറിയാനാവില്ല. അവയുടെ കഴുത്തിനു മുൻഭാഗത്തെ തുണിയുടെ നിറമാണ് ലിംഗ വ്യത്യാസത്തെ കാണിക്കുന്നത്. കറുപ്പ്

നിറം പെൺകുതിരയേയും ചുവപ്പ നിറം ആൺകുതിരയേയും വെളുപ്പ് നിറം നേർച്ചക്കുതിരയേയും പ്രതിനിധീകരിക്കുന്നു.

കളിയാട്ടവുമായി ബന്ധപ്പെട്ട് ആചാരപരമായും വിശ്വാസപരമായും കുഞ്ഞിക്കുതിരകൾക്കാണ് പ്രാധാന്യമെങ്കിലും ക്ലബ്ബുകളുടെയും പ്രാദേശികമായ മറ്റ് കൂട്ടായ്മകളുടെയും നേതൃത്വത്തിൽ വലിയ കുതിരകളെ എഴുന്നള്ളിക്കുന്ന പതിവുമുണ്ട്. ഇരുപത് ഇരുപത്തഞ്ച് അടി വരെ ഉയരം ഇത്തരം കുതിരകൾക്കുണ്ടാവും. കെട്ടുകുതിരകളുടെ രൂപ സങ്കല്പം ആദർശ ശില്പലാവണ്യമോ ശാസ്ത്രീയ ശില്പവടിവോ പുലർത്തുന്നവയല്ല. ഭാരതത്തിലെ മിക്ക നാടോടി കലാ നിർമ്മിതികളിലും പ്രവർത്തിക്കുന്ന, പ്രാദേശികമോ ഗ്രാമ്യമോ ആയ ലാവണ്യബോധമാണ് ഇവക്കാധാരം. യഥാതഥമായ ശില്പ നിർമ്മിതിക്കപ്പുറം ആന്തരികമായ അർത്ഥ കല്പനകൾക്ക് കൂടി സാധ്യത നൽകുന്ന വിധം പ്രതീകാത്മകമായ രൂപം/ചിത്രഭാഷ രൂപപ്പെടുത്തുകയാണ് കുതിരകെട്ടിലൂടെ. കൈകൊണ്ടുള്ള ഏതുതരം നിർമ്മിതിയിലും ശില്പഭാഷ ഉൾച്ചേർന്നിട്ടുള്ളതായി കാണാം. ശിൽപ്പ ഭാഷയുടെ അടിസ്ഥാനസ്വഭാവമായ ത്രിമാനത തന്നെയാണ് കെട്ടുകുതിരയെ രൂപ ശില്പമാക്കുന്നത്.

കീഴാളരുടെ കല

ഓരോ ദേശത്തെയും സവിശേഷ ജാതിക്കൂട്ടായ്മകളാണ് കുതിരകെട്ടിൽ പങ്കാളികളാവുന്നത്. ദേശക്കുതിര കെട്ടുന്നതിനുള്ള അവകാശം സാമ്പവർക്കുള്ളതാണ്. ദേശക്കുതിരയുടെ നിർമ്മാണം പൂർത്തിയായതിനു ശേഷം മാത്രമേ മറ്റ് കുതിരകൾ കെട്ടിയുണ്ടാക്കാൻ പാടുള്ളൂ. കണക്കനും പുലയനും ചെറുമനും തുടങ്ങിയ ജാതി കൂട്ടായ്മകളെല്ലാം സവിശേഷ കൂട്ടങ്ങൾ അല്ലെങ്കിൽ തനിത്തനിയായ കൂട്ടങ്ങൾ ആയി കുതിരകെട്ടുന്നു. ആചാരപരവും അനുഷ്ഠാനപരവും ആയ പങ്കുവെക്കലുകളും കൂടിച്ചേരലുകളും അതാത് കൂട്ടായ്മകൾക്കകത്തു മാത്രം നടക്കുന്നു. കുതിരയുടെ രൂപത്തിലും കുതിര കെട്ടിനനുബന്ധമായി അവതരിപ്പിക്കുന്ന തോറ്റങ്ങളിലും വ്യത്യാസങ്ങൾ പ്രകടമല്ല. എന്നാൽ നിയതമായ ഏകാത്മക പാഠമല്ലാത്തതു കൊണ്ടുതന്നെ തോറ്റം വിവിധ പാഠങ്ങളോ പാഠാന്തരങ്ങളോ ആയാണ് ആവിഷ്കരിക്കപ്പെടുന്നത്.

ദേശം, ജാതി എന്നീ സംവർഗങ്ങൾക്കകത്തുവെച്ച്, കുതിരകെട്ടിലേർപ്പെടുന്ന കൂട്ടങ്ങളെ(folk) വിഭജിക്കുന്നു എന്ന് മേൽപ്പറഞ്ഞു. എന്നാൽ ഓരോ ദേശത്തെയും ഓരോ ജാതിക്കൂട്ടായ്മയുടെയും ഉള്ളിൽ കൂടിച്ചേരലുകളും പങ്കുവെക്കലുകളും നടക്കുന്നുണ്ട്.

കുതിരകെട്ടിന്റെ ഘട്ടത്തിൽ 'കൊണ്ട' കെട്ടുന്നതിനും മറ്റും സഹായിച്ചും ഇടപെട്ടും സ്ത്രീ പങ്കാളിത്തം പ്രകടമാണ്. കുതിരകളുമായി ഊരുചുറ്റുമ്പോഴും കാവിലേക്ക് എഴുന്നള്ളിക്കുമ്പോഴും സജീവമായ സ്ത്രീപങ്കാളിത്തം കാണാം.

ഊരുചുറ്റൽ ചലിക്കുന്ന പ്രതിഷ്ഠാപന കല

പ്രാദേശികമായി പ്രചരിച്ചു വരുന്ന തോറ്റങ്ങളുടെ അകമ്പടിയോടെയാണ് കുതിരയെ കെട്ടിയുണ്ടാക്കുന്നത്. കെട്ടുകുതിര ഒരു കലാവസ്തു എന്ന നിലയോ പ്രകടനം അല്ലെങ്കിൽ ആവിഷ്കാരം എന്ന നിലയോ കൈവരിക്കുന്നത് ഊരുചുറ്റലിന്റെ ഘട്ടത്തിലാണ്. ചെണ്ട, തുടി, പറ തുടങ്ങിയ വാദ്യങ്ങളുടെയും തോറ്റംപാട്ടുകളുടെയും അകമ്പടിയോടെ സ്ത്രീയും പുരുഷനും കുട്ടികളും അടങ്ങുന്ന ചെറുസംഘങ്ങൾ കെട്ടുകുതിരയെ ചുമലിലേറ്റി താളച്ചുവടുകളോടെ ഉ ൗരുചുറ്റുന്നു ഇങ്ങനെ ഊരുചുറ്റുമ്പോഴും കാവിലേക്ക് എഴുന്നള്ളിക്കുമ്പോഴും നാട്ടുവഴികളും വീട്ടുമുറ്റങ്ങളും പൊതുനിരത്തുകളും വയലുകളും എല്ലാം 'കളിയാട്ട'ത്തിന്റെ അവതരണ സ്ഥലമായി മാറുന്നു. താളവാദ്യങ്ങൾ, തോറ്റംപാട്ട്, നൃത്തച്ചുവടുകൾ എന്നിവയെല്ലാം ഒത്തുചേരുമ്പോൾ കെട്ടുകുതിരയുടെ 'രൂപശില്പം' എന്ന നില 'പ്രതിഷ്ഠാപന കല'യിലേക്ക് രൂപം മാറുന്നതു കാണാം. ഭാരതത്തിലെ ഓരോ ആഘോഷവും ചലനമുള്ള പ്രതിഷ്ഠാപനകലയാണ് (mobile installation) എന്ന നിരീക്ഷണം(വിജയകുമാർ മേനോൻ: 2015:246) ഇവിടെ പ്രസക്തമാവുന്നു.

പൊതു ഇടത്തിന്റെ നിർമ്മിതി

ആവിഷ്കാരമായിരിക്കുന്ന ഊരുചുറ്റൽ പല നിലകളിൽ രാഷ്ട്രീയപ്രസക്തിയുള്ള ഒരു പ്രക്രിയ ആയിക്കൂടി

മനസ്സിലാക്കേണ്ടതുണ്ട്. വിലക്കപ്പെട്ട പൊതുവഴികളും മേൽജാതിക്കാരുടെ ഉമ്മറമുറ്റങ്ങളും കീഴാളർക്ക് കയറിച്ചെല്ലാനും പെരുമാറാനുമാവുന്ന 'പൊതു'ഇടമായിത്തീരുന്ന സവിശേഷസന്ദർഭമാണ് ഇത്. കെട്ടുകുതിരയെ എഴുന്നള്ളിക്കുന്നതിലൂടെ സവിശേഷമായ പദവിയും സവിശേഷമായ കർതൃത്വവും ഉള്ള ഒരു ജനതയായി കീഴാളർ പരിണമിക്കുന്നു. വാളും ചിലമ്പും അണിയുന്നതിലൂടെ കോമരത്തിനും തെയ്യം കെട്ടുന്നതിലൂടെ തെയ്യം കലാകാരനും വന്നു ചേരുന്ന പരിവേഷത്തിനു സമാനമായി, കുതിരയുമായി ഉ ൗരുചുറ്റുന്ന കീഴാളർക്കും സാമൂഹികമായ സ്വീകാര്യതയോ താല്ക്കാലിക പദവിയോ ലഭിക്കുന്നതു കാണാം. കത്തിച്ചുവെച്ച നിലവിളക്കും അരി നിറച്ച മുറവും ആയി കുതിര വരവിനെ സ്വീകരിക്കുന്നതും സ്ഥാനി ഗൃഹങ്ങളിൽ നിന്ന് മുണ്ടും മറ്റിടങ്ങളിൽ നിന്ന് പണമോ, നെല്ലോ, അരിയോ, ഫലവർഗങ്ങളോ 'അവകാശം' എന്ന നിലയിൽ നൽകപ്പെടുന്നതും ഈ പദവിമൂല്യത്തിന്റെ തുടർച്ചയിലാണ്.

അഴിക്കൽ

കെട്ടുകുതിരകളെ കാവിലെ സവിശേഷ ഇടത്ത് (കുതിരപ്പിലാക്കൽ) കൊണ്ടുചെന്ന് പൊളിക്കുന്ന/അഴിക്കുന്ന പ്രക്രിയ ബലികർമ്മത്തിന്റെ സൂചകത്വം ഉൾവഹിക്കുന്നുണ്ട്. മണ്ണിൽ നിന്നുയിർക്കുകയും മണ്ണിലേക്ക് മടങ്ങുകയും ചെയ്യുന്ന ജനി മൃതി ചക്രത്തിന്റെ ദർശനവും ഇതിൽ വെളിവാകുന്നു. പ്രകൃതിദത്തമായ പദാർത്ഥങ്ങളിൽ അഥവാ അസ്ഥിര മാധ്യമങ്ങളിൽ നിർമ്മിക്കുന്നതിനാൽ ആചാരാനുഷ്ഠാനങ്ങളുടെ നിശ്ചിതമായ അവതരണകാലത്തിനപ്പുറം ഈ രൂപങ്ങൾക്ക് ആയുസ്സോ പ്രസക്തിയോ ഇല്ല. ഭാരത്തിലെമ്പാടും ആചാരങ്ങൾക്കു ശേഷം അതിനായി തയ്യാറാക്കിയ പ്രതിമകളും ശില്പങ്ങളും മറ്റും നദീജലത്തിൽ ഒഴുക്കിയും ഗ്രാമാതിർത്തിക്കപ്പുറം കളഞ്ഞും ഉപേക്ഷിക്കുന്ന പതിവുണ്ട്. ബംഗാളിലെ ദുർഗാപൂജയും മറ്റും ഇതിനുദാഹരണമാണ്. ഇതിനു സമാനമായി കേരളത്തിലെ കളമെഴുത്ത് പോലുള്ള അനുഷ്ഠാനങ്ങളേയും കാണാനാവും. കളം മായ്ക്കുന്ന പ്രക്രിയക്കു സമാനമാണ് കുതിരയെ 'അഴിക്കൽ'. നിർമ്മാണത്തിനു ചെലവഴിച്ച ഊർജ്ജം, പദാർത്ഥങ്ങൾ, സമയം തുടങ്ങിയവയെക്കുറിച്ച് വിശേഷ ആധികൾ ഒന്നുമില്ലാതെയാണ്

ഓരോ കൂട്ടവും ഈ 'അഴിക്കൽ' പ്രക്രിയ നിർവ്വഹിക്കുന്നത്. കലയെക്കുറിച്ചും ജീവിതത്തെക്കുറിച്ചു തന്നെയും ഉള്ള അവരുടെ ദർശനങ്ങളുടെ തുടർച്ചയായി വേണം ഇതിനെ മനസ്സിലാക്കാൻ.

ജാതി, അധികാരം

അനുഷ്ഠാനപരമായി നിർമ്മിക്കപ്പെടുന്ന കലാവസ്തുവിന്റെ നിലനിൽപ്പും സംവാദ വ്യവഹാര പരിധിയും അതത് കാലവും അതത് ജാതി സമൂഹ കൂട്ടായ്മകളുമായി ബന്ധപ്പെട്ടിരിക്കുന്നു. കീഴാള ജാതിക്കൂട്ടായ്മകൾക്കൊന്നും കാവിന്റെ ഭൂപരമായ അതിർത്തിക്കകത്തോ അധികാരസ്ഥാനങ്ങൾക്കകത്തോ യാതൊരു നിലയിലുള്ള പ്രവേശനമോ പ്രാതിനിധ്യമോ ഇല്ല. എന്നാൽ സമൂഹത്തിന്റെ ഉല്പാദന മേഖലയിലും ഇതര തൊഴിൽ മേഖലകളിലും സജീവവും സമൃദ്ധവുമായ പങ്കാളിത്തം നില നിർത്തിപ്പോരുന്ന വിഭാഗങ്ങളാണിവ. ഈ ജനസഞ്ചയത്തെ കാവിന്റെ വ്യവഹാരങ്ങളുമായി ചേർത്തു നിർത്തുന്നതിനുള്ള അനുഷ്ഠാനപരമായ ഉപകരണമായി കുതിരകെട്ടിനെ ഉപയോഗിക്കുന്നതു കാണാം.

പ്രാദേശിക സമൂഹത്തിലെ ഓരോ തൊഴിൽ കൂട്ടത്തെയും അതാത് തൊഴിൽ കൂട്ടത്തിന്റെ ഉല്പന്നമോ തൊഴിലോ വഴി കാവിലേക്ക് ചേർത്തു നിർത്തുകയാണ് ചടങ്ങുകളുടെ പ്രകൃതം. ആശാരി, മൂശാരി തുടങ്ങിയ കമ്മാളർക്കും കൊട്ടയും മുറവും ഓലക്കുടയും മറ്റും നിർമ്മിക്കുന്ന പാണനും പറയനും വരെ ഇത്തരത്തിൽ തൊഴിൽഉല്പന്നം എന്ന നിലയിലുള്ള ബന്ധമാണ് കാവുമായി പുലർത്തുന്നത്. ഈ ഓരോ കൂട്ടത്തിനും 'അവകാശം' എന്ന നിലയിൽ കാവിൽ നിന്നും വിഭവങ്ങളുടെ വിഹിതവും ലഭിക്കുന്നു. എന്നാൽ ചെറുമനും കണക്കനും പുലയനും ഉൾപ്പെടുന്ന കുതിര കെട്ടിന് അവകാശമുള്ള ജാതി വിഭാഗങ്ങൾക്ക് കാവുമായുള്ള ബന്ധം 'കുതിരപ്പണം' നൽകുന്നതു മാത്രമാണ്. കാവിലേക്ക് എഴുന്നള്ളിക്കുന്ന ഓരോ കുതിരക്കും ഇത്ര പണം എന്ന കണക്കിൽ കാവിലെ അധികാരിയായ കാവുടയനായർക്ക് നൽകേണ്ട പണമാണ് കുതിരപ്പണം. കാവിൽ നിന്ന് തിരിച്ച് 'അവകാശങ്ങൾ' ഒന്നും തന്നെ

മേൽപ്പറഞ്ഞ വിഭാഗങ്ങൾക്ക് ലഭിക്കുന്നില്ല എന്നതും പ്രധാനമാണ്. കെട്ടുകുതിരകളുമായി ഊരു ചുറ്റുന്ന സമയത്ത് നാട്ടിൽ നിന്നും ലഭിക്കുന്ന വസ്തുക്കൾ/ വിഭവങ്ങൾ ആണ് ഇക്കൂട്ടരുടെ അവകാശം.

അധ്വാനവും അധികാരവും തമ്മിൽ ഉണ്ടാക്കി എടുത്തിട്ടുള്ള വിപരീത ബന്ധങ്ങളുടെ തുടർച്ച തന്നെയാണ് കുതിരകെട്ടിലും അനുബന്ധ വ്യവഹാരങ്ങളിലും പ്രകടമാവുന്നത്. കഥകളും തിഹ്യങ്ങളും അടക്കമുള്ള മിത്തുകളിലൂടെയും ചടങ്ങുകളും അനുഷ്ഠാനങ്ങളും അടക്കമുള്ള വ്യവഹാരങ്ങളിലൂടെയും ഇതേ രാഷ്ട്രീയസാംസ്കാരികഅധികാര പ്രത്യയശാസ്ത്ര ക്രമങ്ങൾ നിലനിർത്തിപ്പോരുന്നതു കാണാം.

കിളിയെ വരക്കേണ്ടതെങ്ങനെ?

മൂന്നോ നാലോ വയസ്സുള്ളപ്പോൾ ഒരിക്കൽ മകൾ നോട്ട് ബുക്കിൽ ഒരു കിളിയെ വരക്കാൻ തുടങ്ങി. കിളിയുടെ കണ്ണുകൾ, ചുണ്ട്, ദേഹം, വാല് എന്നിങ്ങനെ. ഏകദേശം കിളിയുടെ രൂപമായപ്പോൾ കിളിയുടെ വയറ്റിലെ മുട്ടകൾ വരക്കാനാരംഭിച്ചു. രണ്ടു മൂന്ന് ചെറിയമുട്ടകൾ. അവിടം കൊണ്ടും അവസാനിക്കുന്നില്ല പടം വര. വയറ്റിൽ ഒരു ചെറിയ പാമ്പ്. കിളിയുടെ പുറത്ത് കൂടിന്റെ ചുള്ളിക്കമ്പുകളും നാരുകളും കൂടി വരച്ചു. കിളിയെ വരക്കുന്നതെങ്ങനെയെന്ന ചോദ്യം അവൾ നേരിടുന്നതിങ്ങനെയാണ്. എല്ലാ കുട്ടികളും ഭാഷ പഠിക്കുന്നതിനു മുമ്പ് ഭാഷയെ കൈകാര്യം ചെയ്യുന്നതിന്റെ ഒരു തലം ഇതിലുണ്ട്. കാണുന്നത് വരക്കുക എന്നതിനപ്പുറം കാണാൻ കഴിയാത്തതിനെക്കൂടി, സങ്കല്പങ്ങളെക്കൂടി വരക്കുവാൻ തക്കവിധം ഉണർന്ന ഒരു ഭാഷാ ബോധം കുഞ്ഞുങ്ങളിലുണ്ട്. സങ്കല്പം എന്നത് യാഥാർത്ഥ്യങ്ങളിൽ നിന്ന് തുടങ്ങുന്ന ഒന്നാണ്. ശൂന്യമായ ഒരിടത്തു നിന്നല്ല സങ്കല്പമുണ്ടാവുന്നത്.

അത് മറ്റൊരുതരം യാഥാർത്ഥ്യത്തെയാണ് നിർമ്മിക്കുന്നത്. നമ്മുടെ ചിത്രകലാ പാരമ്പര്യങ്ങളിലൊക്കെയും ഈയൊരു രചനാരീതിക്ക്, സങ്കല്പങ്ങളെക്കൂടി വരച്ചെടുക്കുന്നതിന് പ്രാധാന്യമുണ്ട്. ദൃശ്യം ദർശനമായി മാറുന്നത് നാം കാണുകയാണ്. കിളി, ജീവപ്രപഞ്ചത്തിലെ ഒരു ചെറിയ കണ്ണി മാത്രമാണല്ലോ. അതു പാർക്കുന്ന മരച്ചില്ല, വനം, അതിന്റെ അന്നം, അതിന്റെ വയറ്റിലെ കുഞ്ഞുങ്ങൾ, അങ്ങനെ ഓരോന്നും ചേർന്നതാണ് കിളി എന്ന യാഥാർത്ഥ്യം. മൂർത്തമായ ഒരു പ്രതലമുണ്ടാക്കാൻ, സങ്കല്പത്തെ കൂട്ടുപിടിക്കുന്നു എന്ന് തോന്നാമെങ്കിലും സങ്കല്പത്തെക്കാൾ, ഭാവനയെക്കാൾ അബോധത്തിൽ ഉൾച്ചേർന്നിരിക്കുന്ന ദർശനം തന്നെയാവണം ഈ കിളിയെ വരക്കുന്നത്.

പാശ്ചാത്യാധുനികതയുടെ ഭാഗമായ ചിത്രകല പഠിക്കുന്നതിനും പ്രചരിക്കുന്നതിനും മുമ്പ് നമ്മുടെ ജീവിതത്തിൽ, നാട്ടുകലാപാരമ്പര്യങ്ങളിലെല്ലാം ഈ മട്ടിൽ ഒരു സാകല്യദർശനം പിന്തുടർന്നു പോരുന്നുണ്ട്. മേല് കീഴ്, മുൻ പിൻ, ഭൂതം ഭാവി, മനുഷ്യർ പ്രകൃതി, ചലനം നിശ്ചലത തുടങ്ങിയ കാഴ്ചാ ദ്വന്ദ്വങ്ങളെ മറികടക്കുന്ന തരം ദൃശ്യ ബോധത്തെയാണ് നാടോടി ഗോത്രകലാ പാരമ്പര്യങ്ങളെല്ലാം ഉൾവഹിക്കുന്നത്. അമ്പെയ്യാൻ തുടങ്ങുന്ന അർജ്ജുനൻ കിളിയുടെ കണ്ണു മാത്രം കാണുന്നു എന്ന് രേഖപ്പെടുത്തുന്ന ബൃഹദാഖ്യാനങ്ങളെ കൂടി നിരാകരിക്കും വിധം കിളിയെയും മരത്തെയും ഇലപ്പടർപ്പുകളെയും ആകാശത്തെയും കിളിയുടെ വയറ്റിൽ പിറക്കാനിരിക്കുന്ന കുഞ്ഞിനേയും കാണാൻ കഴിയുന്ന സചേതനമായ ഇന്ദ്രിയങ്ങൾ അവർക്കുണ്ടായിരുന്നു. കുഞ്ഞുങ്ങളുടെ ഭാഷ മുതിരുമ്പോൾ അവരിൽ നിന്നും എടുത്തു കളയുന്നതു പോലെ നമ്മുടെ നാട്ടു ജീവിതത്തിൽ നിന്ന് ആഴത്തിൽ വേരുകളുള്ള ജീവിത ദർശനങ്ങളും സൗന്ദര്യദർശനങ്ങളും എടുത്തുകളയപ്പെടുന്നുണ്ട്. അറിവ്, സൗന്ദര്യം എന്നിവയെക്കുറിച്ച് നാം ഇന്നു പങ്കുവെക്കുന്ന ധാരണകൾ എത്രമാത്രം മനുഷ്യ കേന്ദ്രിതമാണ് എന്നതിന്റെ കൂടി സാക്ഷ്യമാണ് അത്.

മുറ്റവും സംസ്കാരവും

വീടിന്റെ / പാർപ്പിടത്തിന്റെ ഒരനുബന്ധം എന്ന നിലയിൽ നാം മനസ്സിലാക്കിപ്പോരുന്ന 'മുറ്റം' എന്ന സ്ഥലം സവിശേഷമായ ഒരു നിർമ്മിതിയാണ്. തൊടിയിൽനിന്നും വേർപെടുമ്പോഴാണ് മുറ്റമുണ്ടാവുന്നത്. തൊടി / പറമ്പ് എന്നത് പ്രകൃതിയാണ്, കാടാണ്. തന്നിഷ്ടത്തോടെ വളരുന്ന പുല്ലും ചെടിയും മരങ്ങളും അവക്കെല്ലാമിടയിൽ തന്നിഷ്ടത്തോടെ പുലരുന്ന പലതരം ജീവികളും ചേർന്നു നിർമ്മിക്കുന്ന പാരിസ്ഥിതികവ്യവസ്ഥ കൂടിയാണ് തൊടികൾ. ഇതിനകത്ത് കാവുപോലുള്ള നൈസർഗ്ഗിക ഇടങ്ങളും നട്ടുവളർത്തുന്ന സസ്യജാലങ്ങളും ഉണ്ടായിരിക്കാം. കാടിനും വീടിനും ഇടയിൽ നിലനിൽക്കുന്ന, ഒരു പരിധി വരെ (മാത്രം) മനുഷ്യർ പെരുമാറുന്ന, ഇടപെടുന്ന ഒരു ഇടസ്ഥലം (semi-cultured space) ആയി തൊടിയെ മനസ്സിലാക്കാം. ഈ തൊടിയിൽ നിന്ന് കൃത്യമായ അകലം പാലിച്ചുകൊണ്ടും അതിരുകൾ കല്പിച്ചു കൊണ്ടും നിർമ്മിച്ചെടുക്കുന്ന 'സംരക്ഷിതമേഖല' യാണ് മുറ്റം. ഈ നിർമ്മിതി ഒരു സാംസ്കാരിക(cultural)പ്രവർത്തിയാണ്. ഭൂമിശാസ്ത്രപരമായ സവിശേഷതകൾ മുറ്റത്തിന്റെ നിർമ്മാണത്തെ നിർണ്ണയിക്കുന്ന ഒരു ഘടകമാണ്. ഏറ്റവും കൂടുതൽ പ്രാധാന്യമർഹിക്കുന്നത് സാമൂഹികമായ ഘടകങ്ങളാണ്. ദേശത്തിന്റെ അല്ലെങ്കിൽ നാടിന്റെ

സവിശേഷമായ സാമൂഹികഅധികാര ബന്ധഘടനകൾക്കുള്ളിൽ ആണ് വീടും മുറ്റവും രൂപപ്പെടുന്നത്.

മുറ്റത്തിന്റെ രൂപഘടനയെ ആകൃതി, വലിപ്പം, സ്ഥാനം എന്നിവയെ നിർണ്ണയിക്കുന്നതിൽ ഉപയുക്തതക്ക് പ്രാധാന്യമുണ്ട്. എന്തിനാണ് മുറ്റം എന്ന സ്ഥലം? എന്ന ചോദ്യത്തിന് പല ഉത്തരങ്ങൾ സാധ്യമാണ്. ഉല്പാദന പ്രക്രിയ, ഭൂവുടമസ്ഥത, ജാതിക്രമങ്ങൾ തുടങ്ങിയ സാമൂഹിക ഘടകങ്ങൾക്കനുസരിച്ച് പ്രയോഗ സ്ഥാനം എന്ന നിലയിൽ മുറ്റത്തിന് പല അർത്ഥങ്ങൾ കൈവരുന്നു. കേരളത്തിന്റെ സവിശേഷമായ സാമൂഹിക പശ്ചാത്തലത്തിൽ മേല്പറഞ്ഞ ഘടകങ്ങൾ പരസ്പരം ഇഴകിച്ചേർന്ന നിലയിലാണ് പ്രത്യക്ഷപ്പെടുന്നത്. ജാതിക്രമത്തിൽ മേൽത്തട്ട് കയ്യാളുന്ന സാമൂഹിക വിഭാഗങ്ങൾക്കാണ് ഭൂമിയുടെ ഉടമസ്ഥാവകാശം ഉണ്ടായിരുന്നത്. എന്നാൽ ഈ വിഭാഗങ്ങൾക്ക് ഉല്പാദന പ്രക്രിയകളിൽ പങ്കാളിത്തമില്ലെന്നു കാണാം. ഉല്പാദനപ്രക്രിയയിൽ നേരിട്ട് ഇടപെടുന്ന, കായികമായ അധ്വാനത്തിൽ ഏർപ്പെടുന്ന കീഴ്ജാതി വിഭാഗങ്ങൾ ഭൂവുടമസ്ഥതയിലും സാമൂഹിക പദവിയിലും ഏറ്റവും കീഴാളമായ നിലയിൽ തുടർന്നു പോന്നു. ഭൂവുടമസ്ഥത വിഭവങ്ങൾക്കോ ഉല്പന്നങ്ങൾക്കോ മേലുള്ള ഉടമസ്ഥത കൂടിയാണ്. വിഭവങ്ങളുടെ സംസ്കരണ സംഭരണസ്ഥാനങ്ങളായി മേലാള ഗൃഹങ്ങളും അവയുടെ മുറ്റങ്ങളും മാറുന്നു. വയൽഭൂമിയുടെ ഉടമസ്ഥത നെല്ലിന്റെ വിപുലമായ സംസ്കരണ പ്രക്രിയകൾക്കും (മെതി, പാറ്റൽ, പുഴുങ്ങൽ, ഉണക്കൽ) സംഭരണത്തിനും അനുയോജ്യമായ സ്ഥാനമായി മുറ്റത്തെ രൂപപ്പെടുത്തുന്നതിനു കാരണമാവുന്നു. നെല്ല്, അടക്ക, തേങ്ങ, കുരുമുളക് തുടങ്ങി കേരളത്തിൽ വ്യാപകമായി കൃഷി ചെയ്തു പോന്ന വിഭവങ്ങൾക്കെല്ലാം മേല്പറഞ്ഞ വിധം സംസ്കരണ-സംഭരണസ്ഥാനങ്ങൾ ആവശ്യമായിരുന്നു. കൃഷിയിടങ്ങൾക്ക് അഭിമുഖമായി പാർപ്പിടങ്ങളും അവയോട് ചേർന്ന് വിശാലമായ മുറ്റങ്ങളും ഉണ്ടായി വരുന്നത് ഈ പശ്ചാത്തലത്തിലാണ്.

എന്നാൽ ഇതേ കൃഷിയിടങ്ങളോട് ചേർന്നു തന്നെ കീഴാളരായ, കാർഷിക അനുബന്ധ വൃത്തികളിലേർപ്പെട്ടുന്ന ജാതി വിഭാഗങ്ങളുടെ പാർപ്പിടങ്ങൾ / കുടികിടപ്പുകൾ കാണാൻ കഴിയും. അത്തരം പാർപ്പിടങ്ങൾക്ക് വിശാലമായ മുറ്റങ്ങൾ ഇല്ല. കാർഷിക വിളകളുടെ അഥവാ വിഭവങ്ങളുടെ സംസ്കരണ സംഭരണസ്ഥാനങ്ങളായി അവ മാറുന്നില്ല എന്നതാണ് ഇതിനുകാരണം. സവിശേഷമായ തൊഴിലിടങ്ങൾ എന്ന നിലയിലും മുറ്റങ്ങൾക്ക് പ്രാധാന്യമുണ്ട്. കാർഷികാനുബന്ധ വൃത്തികൾ മാത്രമല്ല, ഉല്പാദനപ്രക്രിയകളും മുറ്റങ്ങളിൽ അരങ്ങേറുന്നു. കുട്ട, വട്ടി, മുറം നിർമ്മാണങ്ങളും പനമ്പ്, പായ നെയ്ത്തുകളും പപ്പടനിർമ്മാണം, മൺപാത്ര നിർമ്മാണം തുടങ്ങിയ കൈവേലകളും അതാത് ജാതി തൊഴിൽവിഭാഗങ്ങളുടെ വീട്ടുമുറ്റങ്ങളിൽ സജീവമായിരുന്നു.

ഭൂമിക്കും വിഭവങ്ങൾക്കും മേലുള്ള അധികാരം പോലെ പ്രധാനമാണ് ജാത്യാധികാരങ്ങൾ. ജാതി വ്യവസ്ഥ തൊഴിൽ വിഭജനങ്ങളിൽ അധിഷ്ഠിതമായ സാമൂഹിക ബന്ധങ്ങളെ മേൽകീഴ് ബന്ധങ്ങളാക്കി പരിവർത്തിപ്പിക്കുകയും ആചാരങ്ങളിലൂടെയും കീഴ്വഴക്കങ്ങളിലൂടെയും ദൃഢപ്പെടുത്തുകയും ചെയ്യുതായി കാണാം. ഓരോ ജാതി തൊഴിൽ കൂട്ടവും മറ്റു ജാതിതൊഴിൽ കൂട്ടങ്ങളിൽ നിന്ന് പാലിക്കേണ്ട 'അകല'ത്തെക്കുറിച്ചും മറ്റും ലിഖിതവും അലിഖിതവും ആയ നിയമങ്ങളും വ്യവസ്ഥകളും ഉണ്ടായി. ഇത്തരം വ്യവസ്ഥകൾ എല്ലായിപ്പോഴും ബ്രാഹ്മണമേധാവിത്തത്തെ ഉറപ്പിക്കുംവിധമാണ് നിർമ്മിക്കപ്പെട്ടതും പരിപാലിച്ചു പോന്നതും. ജലലഭ്യതയും ഭൂമിശാസ്ത്രപരമായ മറ്റു പ്രത്യേകതകളും കൊണ്ട് വികേന്ദ്രീകൃതമായ ഒരധിവാസ മാതൃകയാണ് കേരളത്തിൽ രൂപം കൊണ്ടത്. ഏറെക്കുറെ സ്വയംപര്യാപ്തമായ പുരയിടങ്ങൾ വളപ്പുകൾ ഉണ്ടാവുന്നത് ഇപ്രകാരമാണ്. എന്നാൽ ഈ വളപ്പുകൾ സാമൂഹികമായ വ്യവസ്ഥക്കുള്ളിൽ വിശേഷിച്ചും ജാതി വ്യവസ്ഥക്കുള്ളിൽ ബന്ധിതമാണ് എന്നു കാണാം. പരസ്പരം ജാതീയമായ അകലം പാലിക്കേണ്ടിയിരുന്ന മനുഷ്യർ ഒരേ കരയിൽ ഇടകലർന്ന് അധിവസിച്ചപ്പോഴും ജാതീയമായ നിയമങ്ങൾ, ക്രമങ്ങൾ കൃത്യമായി പിൻതുടരാൻ വേലികളും അതിരുകളും

പ്രയോജനപ്പെടുത്തി. നിത്യജീവിതത്തിന്റെ വ്യാവഹാരിക സന്ദർഭങ്ങളിൽ മിക്കപ്പോഴും ജാതിയുടെ മേൽപ്പറഞ്ഞ അതിരുകളെ അതിലംഘിക്കുന്നതു കാണാം. ഉല്പാദിപ്പിച്ച വിഭവം/വിളവ് ജന്മിഗൃഹത്തിന്റെ അകത്തെത്തിക്കുന്ന കീഴാള ജാതി ശരീരം താല്ക്കാലികമായി ജാതിക്ക് അപ്പുറം പോവുന്നത് ഇവിടെ ഓർമ്മിക്കാം. എന്നാൽ മറ്റു പല സന്ദർഭങ്ങളിലും കീഴാളർ കേവല ജാതിശരീരങ്ങളായി മുറ്റത്തോ മുറ്റത്തിനും പുറത്തോ സ്ഥാനപ്പെടുന്നു. മേൽജാതിമുറ്റങ്ങളിൽ നിന്ന് കീഴ്ജാതിക്കാർ തീണ്ടലിന്റെ പേരിൽ അകറ്റി നിർത്തപ്പെടുന്നതു പോലെ കീഴ്ജാതിമുറ്റങ്ങളിൽ പ്രവേശിക്കുന്നതിൽ മേൽജാതിക്കാർക്കും വിലക്കുകൾ ഉണ്ട്.

പിതൃമേധാവിത്ത സാമൂഹിക വ്യവസ്ഥിതിക്കകത്ത് രൂപപ്പെട്ട സാംസ്കാരിക സ്ഥാപനമാണ് വീട്. വീടിന്റെ അനുബന്ധം എന്നനിലയിൽ മുറ്റത്തിന്റെ വ്യവഹാരങ്ങളിലും ആൺകോയ്മ പ്രകടമാണ്. വീടിന്റെ ഉമ്മറം, ഉമ്മറമുറ്റം എന്നിവ പുരുഷനു മാത്രം പെരുമാറാനുള്ള ഇടമായും പിൻമുറ്റം, അടുക്കള, അടുക്കളമുറ്റം എന്നിവ സ്ത്രീക്കു മാത്രം ഇടപെടാനുള്ള ഇടമായും വ്യവസ്ഥപ്പെടുത്തിയിരിക്കുന്നതുകാണാം. വീടിന്റെ നിർമ്മാണ ഘട്ടത്തിൽത്തന്നെ അടുക്കളയും ഉമ്മറവും തമ്മിൽ വേണ്ടത്ര അകലം പാലിക്കപ്പെടുന്നു എന്നാണ് വീടുകളുടെ ഘടനയിൽ നിന്നും മനസ്സിലാക്കാനാവുക. ഇക്കാലത്തു നിർമ്മിക്കപ്പെടുന്ന വീടുകളിലും ഈ ഘടന മാറ്റമില്ലാതെ തുടരുന്നതു കാണാം. വീടുകളുടെ ഈ ഘടനക്കു പിന്നിൽ, ആണിന്റെയും പെണ്ണിന്റെയും വിഭിന്നമായ ഗാർഹിക വ്യവഹാര സ്ഥാനങ്ങളെക്കുറിച്ചുള്ള പൊതുബോധം പ്രവർത്തിക്കുന്നുണ്ട്. വീടിന്റെ പിൻമുറ്റത്തും ഉമ്മറമുറ്റത്തും പ്രത്യക്ഷപ്പെടാവുന്നതും അല്ലാത്തതുമായ വസ്തുക്കളെ കുറിച്ചും സമാനമായ വീക്ഷണഗതികൾ പിൻതുടർന്നു പോരുന്നു. അടിവസ്ത്രങ്ങൾ(വിശേഷിച്ചും സ്ത്രീകളുടെ) ഉണക്കാനിടുന്നതും, ചൂല്, തേപ്പ് തുടങ്ങിയ വസ്തുക്കൾ വെക്കുന്നതും ഉമ്മറ മുറ്റങ്ങളുടെ ‘മാന്യത’ക്കും ‘ആണത്ത’ത്തിനും ഹാനികരമാണ് എന്നാണ് പൊതുബോധം.

ആണിനും പെണ്ണിനും ഒരുമിച്ച് ഒരു പോലെ ഇടപെടാവുന്ന സ്ഥലമായി മുറ്റം മാറുന്നത് കീഴാളമായ

അധിവാസസ്ഥാനങ്ങളിലാണ്. തൊഴിലിടങ്ങളിലും വിശ്രമ വിനോദ സന്ദർഭങ്ങളിലും മറ്റു കൂട്ടായ്മകളിലും ആണും പെണ്ണും തുല്യതയോടെ പങ്കു ചേരുന്നത് ഗോത്ര പാരമ്പര്യങ്ങളിലും കീഴാള പാരമ്പര്യങ്ങളിലും കാണാം.

നിത്യജീവിത വ്യവഹാരങ്ങളിൽ നിന്ന് മാറി സഞ്ചരിക്കുന്ന സന്ദർഭങ്ങളിലാണ് മുറ്റം സവിശേഷമായ അവതരണ സ്ഥലമായിപരിണമിക്കുന്നത്. ആചാരങ്ങൾ,അനുഷ്ഠാനങ്ങൾ, ഉത്സവാഘോഷങ്ങൾ തുടങ്ങിയവയുടെയെല്ലാം ഭാഗമായി മുറ്റത്തിന് അവതരണ സ്ഥലം എന്ന പദവി കൈവരുന്നു. ഇത് താല്ക്കാലികമോ അസ്ഥിരമോ ആണ്. ജനനമരണാനുബന്ധ ചടങ്ങുകൾ, വിവാഹം തുടങ്ങിയ സന്ദർഭങ്ങളും കോലമെഴുത്ത്, പൂക്കളം തുടങ്ങി ചാക്രികമായി ആവർത്തിക്കുന്ന അനുഷ്ഠാനങ്ങളും കളമെഴുത്ത്, പറയെടുപ്പ്, പുള്ളുവൻപാട്ട്, കാള–കുതിര-പൂതം എഴുന്നള്ളത്തുകൾ/വരവുകൾ തുടങ്ങിയ അവതരണങ്ങളും മുറ്റത്തെ അരങ്ങോ കളമോ ആക്കി മാറ്റുന്നു. ആചാരങ്ങളുടെയും അനുഷ്ഠാനങ്ങളുടെയും സ്വഭാവം പുലർത്തുന്നവയാണ് ഈ സന്ദർഭങ്ങൾ എല്ലാം. മേൽപ്പറഞ്ഞവയിൽ കോലമെഴുത്ത്, പൂക്കളം തുടങ്ങിയവയുടെ അവതരണങ്ങളിലാണ് വീട്ടുകാർക്ക് നേരിട്ട് പങ്കാളിത്തമുള്ളത്. മറ്റുള്ളവയെല്ലാം അവകാശങ്ങൾ കടമകൾ എന്നിവ വഴിയോ ആചാരക്രമങ്ങൾ വഴിയോ ബന്ധിപ്പിക്കപ്പെട്ടവയാണ്. പുല വാലായ്മകളുടെ ഭാഗമായ 'മാറ്റ് വെക്കൽ' പോലുള്ള ചടങ്ങുകൾ വീട്ടുമുറ്റത്തിനെ ജാതീയമായ ശുദ്ധാശുദ്ധി സങ്കല്പങ്ങളിലേക്കും വ്യവസ്ഥകളിലേക്കും ബന്ധിപ്പിക്കുന്നതു കാണാം. മുറ്റം എന്ന സവിശേഷ സ്ഥലത്തിന് ഇങ്ങനെ പല അവതരണ സന്ദർഭങ്ങൾ സാധ്യമായിരുന്നു.

ചിരപരിചിതത്വത്തിനാലും നിത്യജീവിതവുമായി അഭേദ്യമായി കലർന്നു നിൽക്കുന്നതിനാലും കുടുംബം എന്ന വൈയക്തികമായ ഇടത്തിന്റെ അനുബന്ധം ആയിരിക്കുന്നതിനാലും 'സ്വാഭാവികമായി' രൂപപ്പെട്ട നിഷ്കളങ്കതക്കപ്പുറം ജാതി പരവും ലിംഗപരവും മറ്റുമായ അനവധി നിർണ്ണയനങ്ങൾക്കകത്ത് സാധ്യമാവുന്ന ഒരു സാംസ്കാരിക സ്ഥലമായി വീട്ടുമുറ്റത്തെ മനസ്സിലാക്കേണ്ടതുണ്ട്.

കുട്ടികളുടെ കല

തൊഴിലുകൾ, ആരാധന, വിനോദം എന്നിങ്ങനെ വിവിധ തലങ്ങളുമായി ബന്ധപ്പെട്ടാണ് മിക്കവാറും നാടോടിക്കലകളുടേയും ജനനവും നിലനിൽപ്പും. തൊഴിലിൽ നിന്നോ ആരാധനയിൽ നിന്നോ വേർപെട്ടുള്ള ഒരു അസ്തിത്വം അവയ്ക്കുള്ളതായി അവയുടെ കൈകാര്യകർത്താക്കൾ പലപ്പോഴും തിരിച്ചറിയാറില്ല എന്നുമാത്രം. നാടോടി കലകളുടെ വിപുലമായ സഞ്ചികയിൽ പുരുഷന്മാർ ഇടപെടുന്ന പ്രധാന ഇടങ്ങൾക്കു തുല്യമായോ, സമാന്തരമായോ, സ്ത്രീകളുടേയും കുട്ടികളുടേയും കലാലോകം നിലനിൽക്കുന്നുണ്ട്. ഗാർഹികമായ പരിസരങ്ങളിൽ മാത്രം ഒതുങ്ങിനിൽക്കുന്നവയായതിനാൽ അവരുടെ കലാപ്രവൃത്തിയെ 'പുറംലോകം' വേണ്ടവിധം മനസ്സിലാക്കാറില്ല. കേരളീയ നാട്ടുജീവിതത്തിൽ ഇത്തരത്തിൽ സ്ത്രീകളുമായും കുട്ടികളുമായും ബന്ധപ്പെട്ട പലതരം കൈവേലകളും കലകളും തുടർന്നുപോരുന്നു. കുട്ടികളുടെ ലീലാവിനോദങ്ങളിലാകട്ടെ ചിത്ര-ശില്പകലകളുടെ പ്രാഥമിക പാഠങ്ങളുടെ സമൃദ്ധമായ ആവിഷ്കാരങ്ങളാണ് മറഞ്ഞുകിടക്കുന്നത്.

ചിത്രകലയുടെ കളിയിടങ്ങൾ

രേഖകൾ, ചായങ്ങൾ എന്നിവ ചിത്രകലയുടെ അടിസ്ഥാനമൂലകങ്ങളാണ്. പ്രകൃതിയിൽ നിന്നും കലയെ വേർതിരിക്കുന്നതിൽ രേഖകൾക്ക് പ്രസക്തമായ ഇടം കൈവരുന്നു. കുട്ടികളുടെ കളിയിടങ്ങളിൽ രേഖകൾ ആവർത്തിച്ച് പ്രത്യക്ഷപ്പെടുന്നു. ചതുരം, ദീർഘചതുരം, വൃത്തം, ത്രികോണം എന്നിങ്ങനെയുള്ള ജ്യാമിതീയ രൂപങ്ങളിലാണ് കളിയിടങ്ങൾ ആവിഷ്കൃതമാവുന്നത്. കക്കുകളി, പമ്പരക്കുത്ത്, ഗോലി/ഗോട്ടിക്കളി, തായംകളി, തുടങ്ങിയ കളികളിലെല്ലാം മേൽപ്പറഞ്ഞ ജ്യാമിതീയ രൂപങ്ങൾ കളിസ്ഥലത്തെ/ ചിത്രസ്ഥലത്തെ നിർണ്ണയിക്കുന്നു. കളിസ്ഥലത്തിന്റെ സ്വഭാവം, കളിക്കുന്ന കുട്ടികളുടെ എണ്ണം എന്നിവക്കെല്ലാം അനുസൃതമായി കളങ്ങളുടെ വിസ്തൃതിയും വ്യത്യാസപ്പെടുന്നതുകാണാം.

ചായങ്ങളുടെ ഒരു ലോകവും കളിയിടങ്ങളിൽ കണ്ടുപോരുന്നു. ചെടികളും പൂക്കളും എല്ലാമുപയോഗിച്ചുള്ള ചായനിർമ്മാണമാണ് കുട്ടികൾ പ്രധാനമായും അവലംബിക്കുന്നത്. തേക്കിന്റെ തുമ്പിലകൾ പൊട്ടിച്ച് ഉള്ളംകൈയിൽ വെച്ച് ഞരടി, മഞ്ഞകലർന്ന ചുവപ്പുചായം കുട്ടികളുണ്ടാക്കുന്നു. ചെമ്പരത്തിയിതളുകൾ കൊണ്ടും, പച്ചിലകൾ കൊണ്ടും ചായങ്ങളുണ്ടാക്കുന്നു. ചായനിർമ്മാണത്തിന്റെ പ്രാചീനവും നാടോടിയുമായ അറിവുകളെയാണ് കുട്ടികൾ കളിനേരങ്ങളിൽ പങ്കുവെക്കുന്നത്.

ശില്പവടിവുകൾ

രൂപം, ആകൃതി, വലിപ്പം എന്നിവ ശില്പകലയുടെ അടിസ്ഥാന പ്രമാണങ്ങളാണ്. യഥാർത്ഥമായതും ശൈലീകരിക്കപ്പെട്ടതുമായ വിഭിന്ന ശൈലികൾ ശില്പകലയിൽ ആദിമകാലം മുതൽക്കേ തുടർന്നുപോരുന്നുണ്ട്. നിത്യജീവിതവുമായി ബന്ധപ്പെട്ട രൂപങ്ങൾ തന്നെയാണ് ശില്പകലയിൽ കുട്ടികൾ ആവിഷ്കരിക്കുന്നത്. ചിരട്ടയുടെ മുറി ഉപയോഗിച്ച് മണ്ണപ്പം ചുടുന്നത് ഏറ്റവും ആദ്യത്തെ ശില്പനിർമ്മാണമായി കണക്കാക്കാവുന്നതാണ്. തീരെച്ചെറിയ

പ്രായത്തിൽ, കളികളിലേർപ്പെട്ടുതുടങ്ങുന്ന കുട്ടികൾ ആദ്യമുണ്ടാകുന്ന ഒരു രൂപമായിരിക്കണം മണ്ണപ്പത്തിന്റേത്. മാതൃശരീരത്തിൽ സ്പർശിച്ച് പരിചിതമായ സ്തനങ്ങളുടെ സ്മൃതി കുട്ടിയുടെ കലാപ്രവൃത്തിയെ നിർണ്ണയിക്കുന്നുണ്ടാവണം. വർത്തുളമായ ആകൃതി, സ്തനസമാനമായ വലിപ്പം എന്നിവ മുലകുടിയുമായിട്ടുള്ള ചിരപരിചിതത്വം നൽകുന്ന ലാവണ്യബോധമാണ്. പ്ലാവില, തെങ്ങോല എന്നിവയെല്ലാം ഉപയോഗിച്ച് കുട്ടികൾ തന്നെ രൂപപ്പെടുത്തുന്ന നാടോടിശില്പങ്ങൾ ഏറെയാണ്. പ്ലാവില മടക്കി, ഈർക്കിൽ ചേർത്ത്, നെടുകേ പിളർന്ന് കാളയുടെ രൂപമുണ്ടാക്കുന്നതിലെ കലാപ്രവൃത്തി ഏറെ കൗതുകകരവും ആകർഷകവുമാണ്. കാളയുമായുള്ള വിദൂരസാമ്യമല്ല, കണ്ടുപരിചയിച്ച രൂപത്തെ / വസ്തുവിനെ മറ്റൊരുവിധത്തിൽ പുനർനിർമ്മിക്കാനുള്ള ത്വരയാണ് ഈ പ്രവൃത്തിയിൽ പ്രകടമാകുന്നത്. ഓലകൊണ്ട് പാമ്പിനെയും മറ്റും നിർമ്മിക്കുമ്പോഴും ഇതേ ലാവണ്യബോധം തന്നെയാണ് ഉൾച്ചേരുന്നത്. കളിയിടത്തു ലഭ്യമാവുന്ന പദാർത്ഥങ്ങൾ ഉപയോഗിച്ച് താൽക്കാലികമായി നിർമ്മിക്കുന്ന ഇത്തരം ചിത്ര-ശില്പവേലകൾ ദൃശ്യകലയുടെ രസതന്ത്രത്തെ അബോധപരമായി സ്വാംശീകരിക്കു ന്നവയാണ്. നാടോടിവഴക്കങ്ങളിൽ സമൃദ്ധമായ കൈവേലകളുടേയും വർണ്ണവിദ്യകളുടേയും തുടർച്ചയായി ഇത്തരം കളിയിടങ്ങളെയും മനസ്സിലാക്കാനാവും.

അതിർത്തികളും അതിലംഘനങ്ങളും

അതിരുകളെക്കുറിച്ചുള്ള ബോധം പ്രകൃതിയിൽ നിലീനമായിട്ടുണ്ട്. മൃഗങ്ങൾക്കും പക്ഷികൾക്കും അവയുടേതായ അതിർത്തികൾ ഉണ്ടെന്നു കാണാം. വന്യമൃഗങ്ങൾ ജീവിക്കുന്ന ഒരു ആവാസ വലയം ഉണ്ട്. ഓരോ ജീവിവർഗത്തിനും അത് വിഭിന്നമായിരിക്കും. ചിലത് മീറ്ററുകൾ മാത്രം വ്യാസമുള്ളത്, ചിലത് കിലോമീറ്ററുകൾ ദൈർഘ്യമുള്ളത്. അതിർത്തികളെക്കുറിച്ചുള്ള ബോധത്തിന്റെ വിസ്തൃതമായ അടയാളങ്ങളായി ദേശാടനം ചെയ്യുന്ന ജീവികളെ കാണാം. ഭൂഖണ്ഡങ്ങളിൽ നിന്ന് ഭൂഖണ്ഡങ്ങളിലേക്ക് സഞ്ചരിക്കുന്നു, അവ. അതിർത്തി എന്നത് ജീവിതം തുടരുവാൻ അനുകൂലമായ ചുറ്റുപാടാണ്. ഒരു ജീവിക്ക് ആവശ്യമായ എല്ലാം അദൃശ്യമായ ആ പരിധിക്കുള്ളിൽ ലഭ്യമായിരിക്കും.

മനുഷ്യന്റെ അതിർത്തി സങ്കല്പങ്ങളും ഇതിനു സമാനമായ വിധത്തിൽ രൂപപ്പെട്ടതായിരിക്കണം. സുരക്ഷിതമായി പാർക്കാനും ആഹാരം തേടാനും ഒക്കെയും പ്രാപ്തമായ ഒരു വലയം ആദിമ കാലം മുതൽക്കേ മനുഷ്യർ കണ്ടെത്തിയിരിക്കണം.

വേട്ടയാടലിന്റേയും ശേഖരിക്കലിന്റേയും കാലങ്ങൾ പിന്നിട്ട് കൃഷി പോലുള്ള പ്രവൃത്തികളിലേക്ക് വികസിക്കുന്ന മനുഷ്യർ ഒരോ കൂട്ടത്തിനും ഒരുമിച്ചു കഴിയാവുന്ന ചെറു പറ്റങ്ങളായി ഓരോയിടങ്ങളിൽ കുടിയുറച്ചു. ഒരു പൊതുവായ പ്രതലം പങ്കിടുന്നതോടെ ഓരോ പറ്റവും തനിത്തനിയായോ ഒരുമിച്ചോ സുരക്ഷിതമായ 'ഊരി'ന്റെ അതിരുകൾ കുറിച്ചു. പുഴയോ കുന്നിൻ ചെരിവോ പാറക്കെട്ടുകളോ കൊടുങ്കാടോ ഒക്കെ അവരുടെ അതിർത്തികൾ നിർണ്ണയിച്ചിരുന്നിരിക്കാം. കാലങ്ങൾ കൊണ്ട് ഒരിടം വിട്ട് മറ്റൊരിടത്തേക്ക് നീങ്ങിപ്പോവുന്ന ഗോത്രങ്ങളെ ചരിത്രത്തിലെമ്പാടും കാണാം. പശ്ചിമഘട്ട മലനിരകളിലൂടെ നൂറ്റാണ്ടുകളിലൂടെ താഴേക്കിറങ്ങി സമതലങ്ങളിലും പിന്നീട് കടലോരം വരേയും എത്തിച്ചേർന്ന ഗോത്രായനങ്ങളാണ് കേരളത്തിന്റെ അധിവാസ ചരിത്രത്തിലെ ഒരേട്. അറബിക്കടലും കിഴക്കൻ മലയും വിശാലാർത്ഥത്തിൽ അതിർത്തികളായി. പിൽക്കാലത്ത് ഓരോയിടങ്ങളിൽ അധിവാസമുറപ്പിച്ച സംഘങ്ങൾ, പറ്റങ്ങൾ ചെറിയ ചെറിയ ഊരുകൾ ആയിത്തീരുകയും മറ്റു ഊരുകളിൽ നിന്ന് വേർപെട്ട വിനിമയങ്ങൾ സ്വീകരിക്കുകയും ചെയ്തു. കൃഷി, മൃഗപരിപാലനം, വിഭവ ശേഖരണം, കൈവേലകൾ, വിഭവ കൈമാറ്റങ്ങൾ ഇവയെല്ലാം നിയന്ത്രിക്കുന്ന അധികാരഘടനകൾ എന്നിവയെല്ലാം ഊരുകളേയും ഊരുരുകൾ ചേർന്ന നാടുകളേയും ദൃഢപ്പെടുത്തി. ദേശം എന്ന് പിൽക്കാലത്ത് വ്യവഹരിക്കപ്പെട്ട ആശയം ഇത്തരത്തിൽ രൂപപ്പെട്ടതായിരിക്കാം. ദേശത്തിന് അതിർത്തികളുണ്ട്. മറ്റു ദേശങ്ങളുമായി വിനിമയങ്ങളുണ്ട്.

കാവുകളേയോ ക്ഷേത്രങ്ങളേയോ കേന്ദ്രമാക്കിയാണ് കേരളത്തിലെ ഒട്ടുമിക്ക ദേശങ്ങളും പ്രവർത്തിച്ചും പരിണമിച്ചും വരുന്നത് എന്നു കാണാം. ഭൗതികമായ ഒരതിർത്തിക്കുള്ളിൽ ഉല്പാദനവിതരണ പ്രക്രിയകളേയും അവയിലേർപ്പെടുന്ന വിവിധ സംഘങ്ങളേയും കാവുകളും ക്ഷേത്രങ്ങളും ആചാരങ്ങളോ അനുഷ്ഠാനങ്ങളോ വഴി വ്യവസ്ഥപ്പെടുത്തി നിർത്തുന്നു. കാവുകളുടെ അധികാര വ്യവസ്ഥ ജാതിശ്രേണിയെ നിർമ്മിച്ച് പരിപാലിക്കുകയും വിഭവത്തിന്റെ ഉടമാവകാശം കാവിന്റെ മേൽ/കാവുടയോരുടെ മേൽ ഉറപ്പിക്കുകയും

ചെയ്യുന്നതായി അനുഷ്ഠാനങ്ങളെ ഇഴപിരിച്ചെടുത്തു നോക്കുമ്പോൾ മനസ്സിലാക്കാം. ഓരോ ദേശത്തിനും അതിന്റേതായ സ്വയം നിർണ്ണയനാവകാശങ്ങളുണ്ടായിരിക്കുമ്പോൾത്തന്നെ കൂടുതൽ ദൃഢമായ ഒരധീശത്വത്തിനു കീഴ്പ്പെട്ടു നിൽക്കേണ്ടിയും വരുന്നു. സാമൂതിരിയുടെ ഭരണത്തിൻ കീഴിൽ മലബാറിലെ പല ദേശങ്ങൾ, പല നാടുകൾ പുലർന്നു പോന്നതിന്റെ ചരിത്രം ഇവിടെ ഓർമ്മിക്കാം. മിത്തുകളിലും ഐതിഹ്യങ്ങളിലും ദേശത്തിന്റേയും അധികാര ഭൂപടത്തിന്റേയും ദൃശ്യഭാഷ ആഖ്യാനം ചെയ്യുന്നതു കാണാം. അങ്ങാടിപ്പുറത്തെ(തിരുമാന്ധാംകുന്ന്) അധികാരസ്ഥാനത്തു നിന്ന് പുറപ്പെട്ട് തിരുന്നാവായയും (പൊന്നാനി) മറ്റും കടന്ന് ഇരിക്കാനിടം അന്വേഷിച്ച് സഞ്ചരിക്കുന്ന കുഞ്ഞാഞ്ചീരു എന്ന ദേവി ചാലിയത്തും കോഴിക്കോട്ടും എല്ലാം ചുറ്റി ഒടുവിൽ മമ്പുറത്ത് വന്ന് മൂന്നിയൂരിൽ കുടിയുറയ്ക്കുന്നതിന്റെ ചിത്രങ്ങൾ മൂന്നിയൂർ കളിയാട്ടക്കാവുമായി ബന്ധപ്പെട്ടു പ്രചരിക്കുന്ന തോറ്റം പാട്ടുകളിലും കഥാഖ്യാനങ്ങളിലും കാണാം.

മധ്യകാലഘട്ടത്തിലെ അധികാര ഭൂപടത്തെയും ദേശാതിർത്തികളെയും കൂടിയാണ് അത്തരം ആഖ്യാനങ്ങൾ ആവിഷ്ക്കരിക്കുന്നത്. അതിൽ ഭൗമികമായ അതിരുകളും സ്ഥല സൂചകങ്ങളും (കടലുണ്ടിപ്പുഴ, ഭാരതപ്പുഴ, അറബിക്കടൽ) പ്രത്യക്ഷമാവുന്നു. മൂർത്തമായ യാഥാർത്ഥ്യങ്ങളിൽ വേരുപടർത്തിയാണ് ഇത്തരം മിത്തുകൾ രൂപം കൊള്ളുന്നത്. ഓരോ ദേശവും, അവിടത്തെ സമൂഹവും തങ്ങളുടെ നിത്യജീവിതത്തിന്റെ തന്നെ ഭാഗമായ പുഴകളെയും മലകളെയും കാടുകളെയും വഴികളെയും കടവുകളെയും തുറകളെയും എല്ലാം ഭാവനയുടെ താളിലേക്ക് തുന്നിച്ചേർക്കുന്നു. ഇങ്ങനെ ദേശത്തെ, നാടിനെ സങ്കല്പിക്കുകയും യാഥാർത്ഥ്യമാക്കുകയും ചെയ്യുന്ന സവിശേഷമായ സാംസ്കാരിക പ്രക്രിയകളിലൂടെയാണ് ഓരോ തദ്ദേശീയ സമൂഹവും കടന്നു പോരുന്നത്.

കൊളോണിയൽ ആധുനികതയുടെ ഭാഗമായി പുതിയ ഒരു ദേശ സങ്കല്പം രൂപപ്പെട്ടു, ദേശരാഷ്ട്രം (nation state) എന്ന പേരിൽ. ദേശ രാഷ്ട്രം എന്നത് ഒരേ സമയം സങ്കല്പവും (ഭാവന) ഭരണകൂട ഉപകരണങ്ങൾ കൊണ്ട് യാഥാർത്ഥ്യമെന്ന്

ഉറപ്പിച്ചെടുക്കാൻ ശ്രമിക്കുന്ന ഒന്നുമാണ്. രാഷ്ട്രാതിർത്തികൾ സാങ്കല്പികമായി ഭൂപടങ്ങൾക്കു മീതേ വരച്ചുണ്ടാക്കുകുന്നതാണ്. സംസ്കാരത്തെ, അതിനാവശ്യമായ ഭൂമി ശാസ്ത്ര സവിശേഷതയെ കണക്കിലെടുക്കാതെ നിർമ്മിക്കുന്ന അതിരുകൾ മനുഷ്യവംശത്തെ പലതായി വിഭജിക്കുന്നു. പർവതങ്ങളെയും നദികളെയും വിഭജിക്കുന്ന ഒരേ ജീവിത സംസ്കാരം പങ്കിട്ടു പോന്ന ഇന്ത്യൻ ഉപഭൂഖണ്ഡത്തിലെ മനുഷ്യർ ഇന്ത്യ-പാക് ദേശരാഷ്ട്ര സ്ഥാപനത്തോടെ അനാഥരാക്കപ്പെടുകയും അഭയാർത്ഥികളാക്കപ്പെടുകയും പരസ്പരം അപരരാക്കപ്പെടുകയും ചെയ്തത് നാമോർമ്മിക്കുക. ആകാശത്തേയും ഭൂമിയേയും ഭൂമിക്കടിയിലെ ജലപ്രവാഹങ്ങളേയും മനുഷ്യരുടെ അതിർത്തി രേഖകൾ ബാധിക്കുകയില്ല. അവ അതിരുകൾ ലംഘിച്ചുകൊണ്ടേയിരിക്കും.

അതിരുകളെക്കുറിച്ചുള്ള ബോധം ഉള്ളിലുണ്ടെങ്കിലും പ്രകൃതിയിൽ ഒരു ജീവിയും ആ അതിർത്തികൾ മൂർത്തമായി നിർമ്മിച്ചെടുക്കാനോ സൂക്ഷ്മതയോടെ പരിപാലിക്കാനോ ശ്രമിക്കുകയില്ല. കാലാവസ്ഥ, ശാരീരിക ചോദനകൾ, ഇര തേടൽ തുടങ്ങിയ പലവിധ കാരണങ്ങൾ കൊണ്ട് വന്യമൃഗങ്ങൾ അവയുടെ അതിർത്തികൾ നിരന്തരം മാറ്റി വരക്കുകയും പുതിയ പ്രദേശങ്ങളിലേക്ക് സഞ്ചരിക്കുകയും ചെയ്യാറുണ്ട്. ഇക്കാലത്ത് വന്യമൃഗങ്ങൾ നാട്ടിൻ പുറങ്ങളിലേക്ക് കൂടുതലായി ഇറങ്ങി വരുന്നതും നാം കാണുന്നു.കാലാവസ്ഥാ വ്യതിയാനവും കാടുകളുടെ സ്വാഭാവിക ജൈവ പ്രകൃതി നഷ്ടപ്പെടുന്നതും മറ്റും മറ്റുമായ പല കാരണങ്ങൾ കൊണ്ടാണ് ഇത് സംഭവിക്കുന്നത്. ദേശാടനം ചെയ്യുന്ന ശലഭങ്ങളുടേയും പക്ഷികളുടേയും സ്ഥിതിയും വ്യത്യസ്തമല്ല. നൂറ്റാണ്ടുകളായി ഒരേയിടത്ത് എത്തി, മടങ്ങിക്കൊണ്ടിരുന്ന പറവകൾ പുതിയ വിസ്തൃതികളിലേക്ക് ദേശാടന ഭൂപടത്തെ മാറ്റി വരയ്ക്കുന്നു. വന്യതയേയും നാടിനേയും വേലി കെട്ടിത്തിരിച്ച് പോരുന്ന ഒരു സംസ്കാരമല്ല നമ്മുടേത്. മനുഷ്യർ പാർക്കുന്ന ഇടങ്ങളിൽത്തന്നെ വന്യതക്കും ഇടമുണ്ട്. വീട്, തൊടി, അതു കഴിഞ്ഞുള്ള കൃഷിയിടങ്ങൾ പിന്നെ കാടുകളും മലകളും എന്നിങ്ങനെയുള്ള ഭൂസ്ഥിതിയിൽ പലപ്പോഴും ഇവ തമ്മിൽ കൂടിക്കലർന്ന് പോരുന്നു. വന്യമൃഗങ്ങളും പറവകളും വീട്ടുപറമ്പിലോ ചിലപ്പോൾ മുറ്റത്തോ പ്രത്യക്ഷപ്പെടുന്നു.

ആധുനികപൂർവ ഘട്ടത്തിലെ മനുഷ്യരുടെ അധിവാസ രീതികളും ജീവിത രീതികളും പ്രകൃതിയുടെ ഭാഗമായി നിന്നുകൊണ്ടുള്ളതായിരുന്നു. സംസ്കാരവും വന്യതയും അവിടെ പരസ്പരം കലർന്നു കിടക്കുന്ന ഇടങ്ങൾ പരിപാലിച്ചും പോന്നിരുന്നു. അത്തരം കലരലുകൾ തന്നെയാണ് ആധുനിക ലോകത്തിന് പാഠമായിത്തീരേണ്ടത്. ജീവിതം സാധ്യമാക്കുന്ന ഇടങ്ങളായി ഓരോ ദേശവും വളരേണ്ടതുണ്ട്.

നമ്മുടെ നാട്ടുകലകളിൽ മേൽപ്പറഞ്ഞ വിധം അതിർത്തി സങ്കല്പത്തെ ധനാത്മകമായി പരിപാലിക്കുന്നതിന്റെ സൂചനകൾ കാണാം. കേരളത്തിലെ പല നൃത്താവിഷ്കാരങ്ങളിലും അവതരണത്തിന് വൃത്താകൃതി പാലിക്കുന്നതു പതിവാണ്. വൃത്താകൃതി എത്ര വേണമെങ്കിലും വിപുലപ്പെടുത്താവുന്നതും എത്രയെങ്കിലും ചെറുതാക്കാവുന്നതുമായ ഒന്നാണ്. സ്ഥലം, ആളുകൾ എന്നിങ്ങനെ സന്ദർഭത്തിനനുസരിച്ച് അവ ആകൃതി പാലിച്ചുകൊണ്ട് വളരുന്നു. പൂക്കളം, കളമെഴുത്ത് പോലുള്ള ദൃശ്യാവിഷ്കാരങ്ങളും ഈ വഴി പിൻതുടരുന്നുണ്ട്.

ഇന്ത്യയിലെ ഗോത്രചിത്രകലാ പാരമ്പര്യ ങ്ങളിലെല്ലാം സ്ഥലത്തെ സവിശേഷമായി രേഖ പ്പെടുത്തുന്നു. മനുഷ്യരുടെ ഇടങ്ങളും പ്രകൃതിയുടെ/ വന്യതയുടെ ഇടങ്ങളും പരസ്പരം കലർന്നാണ് അവയിൽ പ്രത്യക്ഷമാവുന്നത്. ഒന്നിനു പിറകിൽ ഒന്ന് (പാശ്ചാത്യ കലയിലെ പശ്ചാത്തല വിന്യാസം മാതിരി) എന്ന വിധം മനുഷ്യർക്കു പിറകിൽ നിറച്ചു വെക്കുന്ന ഒന്നായിട്ടല്ല പ്രകൃതി ആവിഷ്കരിക്കപ്പെടുന്നത്. മനുഷ്യരും നദികളും മൃഗങ്ങളും മേഘങ്ങളും സസ്യജാലങ്ങളും വാസ്തു നിർമ്മിതികളും വനങ്ങളും ചിത്രത്തെ ഒരേ വിധം നിർമ്മിക്കുന്നത് ദൃശ്യമാണ്. ദൃശ്യം ദർശനത്തെ എപ്രകാരം ഉള്ളടക്കം ചെയ്യുന്നു എന്നതിന്റെ സാക്ഷ്യമാണ് ഈ കലാപാരമ്പര്യങ്ങൾ.ഓരോന്നും തമ്മിൽ കലരുകയും വേർപെടുകയും ചെയ്യുന്നതിന്റെ സാകല്യം അവയിൽ നിലീനമാണ്. നമ്മുടെ നാട്ടു സംസ്കൃതിയുടെ ഭാഗമായ വിവിധ നാടോടി - തോറ്റംപാട്ടുകളുടേയും ആഖ്യാനഘടനയിലും ഇവ്വിധം കലർപ്പുകൾക്കും കയറ്റിറക്കങ്ങൾക്കു മായുള്ള ഇടങ്ങൾ കാണാനാവും. പാടുന്നവർക്ക്, പാട്ടുകെട്ടുന്നവർക്ക്

ഭാവന പ്രയോഗിക്കാനും വികസിപ്പിക്കാനും കഴിയും വിധം അയവുള്ളതാണ് മിക്ക തോറ്റംപാട്ടുകളും. വേലിക്കെട്ടുകളില്ലാത്ത ആദിവാസി പാർപ്പിട സമുച്ചയങ്ങളും സൂചിപ്പിക്കുന്നതു മറ്റൊന്നല്ല. ഒരു ലഘുനാടോടിത്തത്തിന്റെ(nomadic) അംശങ്ങൾ അവയിലെല്ലാം കലർന്നിരിക്കുന്നു. സ്ഥിരതയേക്കാൾ മാറി മറിയാവുന്ന, കയറിയിറങ്ങാവുന്ന, ഒഴുകി നിറയാവുന്ന ഇടങ്ങളായി ജീവിതത്തേയും ജീവിക്കുന്ന ഇടത്തേയും കാണാനുള്ള സൗന്ദര്യബോധം അവയിലെല്ലാം പ്രകടമാണ്. ഏറ്റവും ഇങ്ങേയറ്റത്ത് എം.ആർ.രമേഷിന്റെ ചിത്രങ്ങളിൽ ഈ ദർശനത്തെ ദൃശ്യാഖ്യാനങ്ങളായി നാം കണ്ടുമുട്ടുന്നു.

ദേശകലകളിലെ ബൗദ്ധബിംബങ്ങൾ

ഭാരതീയ കലയുടെ ചരിത്രത്തിൽ പ്രധാനപ്പെട്ട ഒരധ്യായം ബുദ്ധകലയുടേതാണ്. ക്രിസ്തുവർഷം ആറാം നൂറ്റാണ്ടിലാരംഭിക്കുന്ന ബുദ്ധ-ജൈന ദർശനങ്ങളുടെ തുടർച്ചയിൽ ചിത്ര-ശിൽപ്പകലകളിൽ ബുദ്ധന്റെ ദർശനത്തിന് പ്രാമുഖ്യം ലഭിച്ചു. മൗര്യസാമ്രാജ്യത്തിനൊപ്പം വളർന്ന ബുദ്ധകലയിലെ സവിശേഷ ചിഹ്നങ്ങളിൽ പലതും മുമ്പു നിലവിലിരുന്നതിന്റെ പരിഷ്കൃതരൂപമാണ്. എന്നാൽ മറ്റു ദർശനങ്ങളിലില്ലാത്ത പ്രാമുഖ്യം, ചക്രം, സ്തൂപം, ഛത്രം തുടങ്ങിയ ബിംബങ്ങൾക്ക് ബുദ്ധദർശനത്തിൽ കൈവന്നു. ഈ ദൃശ്യബിംബങ്ങൾ കേരളീയ ദൃശ്യകലകളിലും പ്രത്യക്ഷപ്പെടുന്നതായി കാണാം. കേരളത്തിലും പ്രബലമായിരുന്ന ബൗദ്ധസംസ്കാരത്തിന്റെ ശേഷിപ്പുകൾ എന്ന നിലയിലാണ് ഈ ചിഹ്നങ്ങളെ നോക്കിക്കാണേണ്ടത്. ബുദ്ധ സംസ്കൃതിയിലെ പല രൂപങ്ങളും സമ്പ്രദായങ്ങളും വൈദികമതം ഏറ്റെടുത്ത് പരിഷ്കരിക്കുകയാണ് ചെയ്തത്. ബുദ്ധആരാധനാകേന്ദ്രങ്ങളായിരുന്ന കാവുകളുടെ ക്ഷേത്രവൽക്കരണവും മറ്റും ഇതിന്റെ ഭാഗമായിരുന്നു.

ചക്രം എന്ന മോട്ടിഫ്

വൃത്തരൂപം ബുദ്ധചിന്തയിൽ പ്രധാനമാണ്. ധർമ്മം ചക്രരൂപിയാണ്. നിരന്തരം ചലിക്കുന്ന ചക്രമാണ് ധർമ്മം. കേരളീയ രംഗകലകളിലും നാടോടികലകളിലും വൃത്താകാരത്തിന് സവിശേഷ

സ്ഥാനമുള്ളതായി കാണാം. തിരുവാതിരക്കളി/കൈകൊട്ടിക്കളി, പൂരക്കളി, മാർഗ്ഗംകളി തുടങ്ങിയവയെല്ലാം വൃത്തരൂപത്തിനകത്താണ് അരങ്ങേറുന്നത്. നർത്തകരുടെ തുടർച്ചയായ ചലനങ്ങൾ രംഗത്തെ ചലിക്കുന്ന ഒരു ചക്രമാക്കി പരിവർത്തിപ്പിക്കുന്നു. ജീവന്റെയും പ്രകൃതിയുടേയും ഈ ചാക്രികത ബുദ്ധചിന്തയിൽ പ്രധാനമാണ്. ജനനവും മരണവും രേഖീയമായ ഒന്നല്ല, മറിച്ച് അനുസ്യൂതം തുടരുന്ന വൃത്തരൂപിയാണ്. ഉത്സവങ്ങളുമായി ബന്ധപ്പെട്ട പാലക്കൊമ്പ്, അയ്യപ്പഭക്തരുടെ അഖണ്ഡനാമജപനൃത്തം, എന്നിവക്കുള്ള വൃത്തസ്വരൂപവും ബുദ്ധവഴിക്കുള്ളതായിരിക്കണം. ഓണവുമായി ബന്ധപ്പെട്ട പൂക്കളത്തിനും അരിമാവുകൊണ്ടുള്ള അണിയലി (കോലം)നും വൃത്തനിഷ്ഠയുണ്ട്. വട്ടത്തിൽ മെഴുകിയ മുറ്റത്തായിരിക്കും പൂക്കളമൊരുക്കുക. ചിത്രകലയുടെ തലത്തിൽ ബുദ്ധന്റെ ധർമ്മചക്രത്തിനുള്ള സ്വാധീനം ഇവയിൽ പ്രകടമാണ്.

സ്തൂപത്തിന്റെ ദർശനം

അശോക ചക്രവർത്തിയുടെ കാലത്തോടെയാണ് ബുദ്ധമത പ്രചാരണവുമായി ബന്ധപ്പെട്ട് സ്തൂപങ്ങൾ ഉയർന്നു തുടങ്ങിയത്. സാരാനാഥിലെയും ബാറൂത്തിലെയും സ്തൂപങ്ങൾ വിഖ്യാതങ്ങളായിരുന്നു. ഭൂമിയെയും ആകാശത്തേയും ബന്ധിപ്പിക്കുന്ന കാണ്ഡം (axis) ആണ് സ്തൂപത്തിന്റെ ശില്പശരീരം. ബുദ്ധന്റെ ജീവിതവുമായി സ്തൂപത്തെ അന്വയിക്കുകയായിരുന്നു അക്കാലം. ചിത്രഭാഷയിൽ നിന്നും ശില്പഭാഷയെ വേർതിരിക്കുന്നത് അതിന്റെ ലംബമാനതയാണ് (vertical). കേരളീയ ക്ഷേത്രങ്ങളുടെ ഭാഗമായ കൊടിമരം സ്തൂപങ്ങളാണ്. ബുദ്ധന്റെ ജീവിതവുമായി ബന്ധപ്പെട്ട സ്ഥലങ്ങളിലെല്ലാം സ്തൂപങ്ങളുണ്ട്. സ്തൂപം ബുദ്ധനെ ഓർമിപ്പിക്കുന്ന ദൃശ്യബിംബമാണ്. സാധാരണവും ഭൗതികവുമായ ജീവിതവും അതിൽ നിന്നും ആത്മീയമായ ഉന്നതിയിലേക്കുള്ള പ്രയാണവും സ്തൂപം എന്ന ദൃശ്യത്തിൽ ഉൾച്ചേർന്നിട്ടുണ്ട്. ബുദ്ധദർശനത്തിന്റെ പ്രതീകമായി, ചേറിൽ നിന്നും ഉയർന്നു വിരിയുന്ന താമരയുടെ ദൃശ്യത്തിനു സമാനമായി, സ്തൂപരൂപങ്ങൾ മാറുന്നു. ക്ഷേത്രങ്ങളിലെ ദീപസ്തംഭം /കൽവിളക്ക് ഇതേ അർത്ഥത്തെ വിനിമയം ചെയ്യുന്നതുകാണാം. തട്ടുതട്ടായുള്ള, വൃത്തരൂപത്തിലുള്ള ഘടന, ഒരേസമയം ധർമ്മചക്രത്തേയും സ്തൂപത്തെയും സമന്വയിപ്പിക്കുന്നു.

കരുണയുടെ കുടകൾ

ബാറൂത്ത് സ്തൂപങ്ങളിൽ സ്തൂപാഗ്രത്തിൽ കുടയുടെ രൂപമുണ്ട് . ഒന്നിനു മുകളിൽ മറ്റൊന്ന് എന്ന വിധത്തിൽ മൂന്ന് ഛത്രങ്ങളാണ് സ്തൂപത്തിൽ നിർമ്മിച്ചിരിക്കുന്നത്. മഹാബലിയുടെ മിത്തിൽ ദൃശ്യമാവുന്ന വാമനരൂപത്തിൽ ഈ ബിംബം കാണാം. മഴയുള്ളപ്പോൾ, ഓ ാണക്കാലത്ത് പൂക്കളത്തിനു നടുവിലെ തൃക്കാക്കരയപ്പന്റെ ശില്പത്തിന് കുട ചൂടിക്കുക കേരളീയ ഗൃഹങ്ങളിൽ പതിവുണ്ട്. പനയോലയും മുളയും കൊണ്ടുള്ള ഓലക്കുടകളാണ് ഇത്തരത്തിൽ ഉപയോഗിക്കുക. ഉത്സവാഘോഷങ്ങളിലും എഴുന്നള്ളത്ത് പോലുള്ള ചടങ്ങുകളിലും ഉയരം കൂടിയ കുടകൾ ഉൾകൊള്ളിക്കുന്നു. ഏറനാടൻ ഗ്രാമങ്ങളിലെല്ലാം നീളമേറിയ മുളന്തണ്ടിൽ ഘടിപ്പിച്ച ഓലക്കുടകളാണ് ഇങ്ങനെ എഴുന്നള്ളിക്കുന്നത്. രണ്ടോ മൂന്നോ ആൾ പൊക്കമുള്ള ഈ കുടയുടെ ചുറ്റിനും ഓലകൊണ്ട് തോരണം ചാർത്തിയിരിക്കും. കുടയേറ്റി നടക്കുന്നയാൾ ഒരു പ്രത്യേക താളക്രമത്തിൽ കുട വട്ടംചുറ്റിക്കറക്കുകയും ഇടക്കിടെ നിലത്തു കുത്തി നിൽക്കുകയും ചെയ്യുന്നു. മുഴുവൻ സമയവും കറങ്ങികൊണ്ടിരിക്കുന്ന പ്രതീതിയാണ് കുടയുടെ മേൽതട്ട് കാഴ്ചവെക്കുക. ഒരേ സമയം സ്തൂപത്തിന്റേയും ഛത്രത്തിന്റേയും ധർമ്മങ്ങൾ നിർവ്വഹിക്കുന്നു, ഈ മോട്ടീഫ്. ബുദ്ധന്റെ ധർമ്മ ശരീരത്തെ അത് പ്രതിനിധീകരിക്കുന്നു. കുടയുടെ മുകൾത്തട്ടിലെ തോരണങ്ങൾക്ക് ബാറൂത്ത് സ്തൂപങ്ങളുമായി സാമ്യമുണ്ട്. അവിടത്തെ സ്തൂപങ്ങളിൽ മുകൾത്തട്ടിലെ ഛത്രങ്ങൾക്കു ചുറ്റും ഹർമിക (വേലി) കെട്ടി അവയുടെ ദിവ്യത്വം പ്രകടമാക്കുന്നു

മേൽപ്പറഞ്ഞ ദൃശ്യരൂപങ്ങൾക്കു പുറമെ എത്രയെങ്കിലും അടരുകൾ കേരളത്തിലെ അനേകമായ നാട്ടുസംസ്കൃതികളിൽ ഉൾച്ചേർന്നിട്ടുണ്ട്. അവയുടെ അകപ്പൊരുൾ ബൗദ്ധ പാരമ്പര്യവുമായി കൂടിച്ചേരുന്നു എന്നത് പ്രധാനപ്പെട്ട ഒന്നാണ്.

കിണറുകൾ പാരിസ്ഥിതികശില്പങ്ങൾ

മനുഷ്യസംസ്കാരത്തിന്റെ പരിണാമചരിത്രത്തോടൊപ്പം രൂപപ്പെട്ടുവന്ന ആകാരമാണ്/രൂപമാതൃകയാണ് കിണറുകൾ. സിന്ധൂനദീതടസംസ്കൃതിയുടെ പിൽക്കാല ഖനനങ്ങളിൽ തെളിഞ്ഞുവന്ന നാഗരികതയുടെ അടയാളങ്ങളിൽ കിണറുകളും സ്ഥാനപ്പെട്ടിരുന്നു. ആധുനികരീതിയിലുള്ള കിണറുകളുടെ അനേകം മാതൃകകൾ അവിടെ നിന്നും കണ്ടെടുക്കപ്പെട്ടിട്ടുണ്ട്. കിണറുകളുടെ നഗരം (city of wells) എന്നാണ് മോഹൻജോ ദാരോ വിശേഷിപ്പിക്കപ്പെട്ടത്. മോഹൻജോ ദാരോവിൽ എഴുന്നൂറോളം കിണറുകൾ ഉണ്ടായിരുന്നതിന്റെ പുരാവസ്തുത്തെളിവുകൾ നമുക്കുമുമ്പിലുണ്ട്. ഇന്നത്തെ രീതിയിൽ വർത്തുളാകൃതിയിൽ ഉള്ളവ മാത്രമല്ല, അരയാലിലയുടെ (peepal leaf shaped) ആകൃതിയിൽ രൂപപ്പെടുത്തിയ കിണർ പോലും അക്കൂട്ടത്തിൽ കാണാൻ കഴിഞ്ഞു. അരയാൽ, ആലില തുടങ്ങിയ ദൃശ്യബിംബങ്ങൾ ഇപ്പോഴും രൂപകാത്മകമായ അർത്ഥങ്ങളുള്ളവയാണ്. ആലിലയുടെ ദൃശ്യബിംബാത്മകമായ പൊരുളുകൾ അത്ര ദീർഘമായ ഒരു ചരിത്രം പിൻപറ്റുന്നു. ഈ ദൃശ്യബിംബത്തിന്റെ വിശുദ്ധിയുടെ ഒരു പങ്ക് കിണർ എന്ന രൂപകത്തിനും കൈവരുന്നു.

നദീതടങ്ങളിലാണ് സംസ്കാരം ഉരുവം കൊണ്ടതെന്ന് നമുക്കറിയാം. നദീതടങ്ങളിൽ നിന്ന് ഉൾക്കാട്ടുകളിലേക്കും മറ്റു സമതലങ്ങളിലേക്കും മനുഷ്യർ കൂട്ടമായി സഞ്ചരിക്കുകയും പുതിയ അധിവാസസ്ഥാനങ്ങൾ കണ്ടെത്തുകയും ചെയ്തു. പ്രകൃതിയുടെ ഭാവമാറ്റങ്ങൾക്കനുസരിച്ച് നദീതടങ്ങളിലെ പാർപ്പ് അസാധ്യമാവുമ്പോഴോ, ജനപ്പെരുപ്പം, ശത്രുഗോത്രങ്ങളുടെ ആക്രമണം എന്നിവയാലോ ആവാം ഉൾനാട്ടുകളിലേക്കുള്ള നീക്കങ്ങൾ ഉണ്ടായത്. അധിവാസത്തിന്റെ പ്രാഥമികമായ ഒരു ഘടകം ജലത്തിന്റെ ലഭ്യതയായിരുന്നു. വെള്ളമുള്ളിടത്താണ് ജീവനും ജീവിതവും സാധ്യമായത്. പുഴയിൽനിന്നും വർഷപാതമുൾപ്പെടെയുള്ള മറ്റു പ്രകൃതി സ്രോതസ്സുകളിൽ നിന്നും മനുഷ്യർ വെള്ളം ശേഖരിച്ചു. എന്നാൽ പുഴകളോ തടാകങ്ങളോ ഇല്ലാത്തിടങ്ങളിലും വർഷപാതം വർഷം മുഴുവൻ ലഭ്യമല്ലാത്തിടങ്ങളിലും വെള്ളത്തിനായി പുതിയ സങ്കേതങ്ങൾ അന്വേഷിക്കേണ്ടി വന്നിരിക്കാം. ഇത്തരമന്വേഷണങ്ങളിൽ നിന്നാവാം ഒരു പക്ഷേ കിണറുകളുടെയും കുളങ്ങളുടെയും ഉല്പത്തി. മണ്ണിനടിയിൽ ഒഴുകിക്കൊണ്ടിരിക്കുന്ന നീരടരുകളെ കണ്ടെത്തുകയും അവയെ ഒരു പ്രത്യേക സ്ഥാനത്തേക്ക് നയിക്കുകയും ചെയ്യാനുള്ള അറിവും ഭാവനയും മനുഷ്യന് ഉണ്ടായിരുന്നു. വെള്ളം ശേഖരിക്കാനുള്ള ഏറ്റവും മികച്ച ഒരു രൂപമാതൃക അങ്ങനെ ഇരുവപ്പെട്ടു. ഭൂമിക്കടിയിലെ ഉറവുകളെ ഒരുമിപ്പിക്കുന്നതിനും വേനൽമഴ ശേഖരിച്ചു വെക്കുന്നതിനും കിണറുകൾ പ്രയോജനപ്പെടുത്തി.

തലകീഴായി നിർമ്മിച്ചുവെച്ച ഒരു ഗോപുരമാണ് (inverted tower) കിണർ. വീട്ടുകളെപ്പോലെ കിണറുകളും ഒരു ശില്പമാണ്. അതിന് ആകാരവും വലിപ്പവുമുണ്ട്. അതിന് നിൽക്കാൻ സ്ഥലം (space) ആവശ്യമാണ്. രൂപശില്പങ്ങൾ പോലെ കിണറിനു പിറകിൽ ഒരു ശില്പിയുണ്ട്. കല്ലിനോ മരത്തിനോ പകരം അയാൾ ഭൂമിയിൽ കൊത്തുപണി ചെയ്യുന്നു. ശിലയിൽ കൊത്തി, ഭാവന ചെയ്ത രൂപമൊഴികെ ബാക്കിയെല്ലാം കൊത്തിക്കളഞ്ഞ് കളഞ്ഞ് ശരിയായ രൂപത്തിലേക്ക് എത്തിച്ചേരുന്ന ശില്പരചനാപ്രക്രിയയ്ക്കു സമാനമാണ് കിണറിന്റെ നിർമ്മിതി. എന്നാൽ ഇവിടെ ഇല്ലായ്മയാണ്,

ഒഴിവിടമാണ് ശില്പമായിത്തീരുന്നത്. കൊത്തിയെടുത്ത ശിലാ/ദാരുശില്പത്തിന് ആകൃതി നൽകുന്നത് അതിൽ നിന്നും നഷ്ടപ്പെട്ടുപോയ ശിലാ/ദാരുശകലങ്ങളും ചുറ്റിനും നിറയുന്ന വായുമണ്ഡലവുമാണെങ്കിൽ കിണറിന് ആകൃതി നൽകുന്നത് ഒരിടത്ത് സന്നിഹിതമായ മണ്ണ്/ശിലാഘടന ആണെന്നു കാണാം. ഒരേ സമയം ശില്പവിദ്യയുടെ സമാന പ്രക്രിയയായും എതിർ പ്രക്രിയയായും കിണറു നിർമ്മാണത്തെ മനസ്സിലാക്കാനാവും. ശില്പത്തിനു ചുറ്റും പ്രകാശവും വായുവും നിറഞ്ഞ ഒരു ചുറ്റുപാട് (atmosphere) ഇല്ലെങ്കിൽ ശില്പം എന്ന രൂപം, അതിന്റെ ദൃശ്യാനുഭവം സാധ്യമാവുകയില്ലല്ലോ. കിണറിനും ആകൃതി, തൻമ നൽകുന്നത് ചുറ്റിനുമുള്ള മണ്ണ് അല്ലെങ്കിൽ ഭൂമി, മീതെയുള്ള വായുമണ്ഡലം എന്നിവയാണ്. രൂപശില്പ നിർമ്മിതിയിലെന്നപോലെ ദീർഘകാലത്തെ അധ്വാനവും ധ്യാനപൂർണമായ അനുശീലനവും കിണർ എന്ന ശില്പ നിർമ്മാണത്തിനും അനുപേക്ഷണീയമാണ്

കിണറുകൾ സവിശേഷമായ വിധത്തിൽ പാരിസ്ഥിതിക ശില്പങ്ങൾ(eco-sculptures) കൂടിയാണ്. മനുഷ്യരുടെ ഭാവനയും കൈകളും ചേർന്നുനിർമ്മിക്കുന്ന ആകാരങ്ങൾ ആയിരിക്കു മ്പോഴും മനുഷ്യരുടെ നിയന്ത്രണത്തിനും സങ്കല്പത്തിനുമതീതമായ ഒരു ജീവിതം കിണറുകൾക്കുണ്ട്. നീരൊഴുക്ക്, മണ്ണിന്റെ ഘടന, സ്വഭാവം,

ഋതുചക്രങ്ങൾ എന്നിവയെല്ലാം ചേർന്നാണ് 'കിണർ' എന്ന രൂപത്തെ 'ജൈവശില്പ'മാക്കിത്തീർക്കുന്നത്. എല്ലാ തദ്ദേശീയ കലാവ്യവഹാരങ്ങളിലുമുള്ളതുപോലെ നിത്യജീവിതത്തിന്റെ പ്രായോഗികമായ ഒരു പ്രതലത്തിലാണ് കിണർ എന്ന ശില്പം വർത്തിക്കുന്നത്. വെള്ളം എന്ന അടിസ്ഥാന മൂലകത്തെ ആശ്രയിച്ചാണ് കിണറിന് അർത്ഥം കൈവരുന്നത്. ഒരിടത്ത് പുതുതായി പാർപ്പുറപ്പിക്കുന്നത് കിണർ കുഴിച്ച് അതിൽ വെള്ളം കണ്ടതിനു ശേഷം മാത്രമാണ്. വറ്റിയ കിണർ അവിടുത്തെ ജീവിതം ദുസ്സഹമാക്കും. പലായനത്തിലേക്ക് മനുഷ്യരെ നയിക്കും. പാരിസ്ഥിതിക പലായനങ്ങളുടെ ഒരു പ്രധാനപ്പെട്ട അടയാളമായി വറ്റിപ്പോയ കിണറുകളെ കാണാം. ഭൂമിയിൽ പെയ്യുന്ന മഴവെള്ളം

ഉള്ളറകളിലേക്കിറങ്ങി പല അടരുകളായി ചലിച്ചുകൊണ്ടിരിക്കുകയാണ്. ഈ ഉറവുകളെ കണ്ടെത്താനും പരിവർത്തിപ്പിക്കാനുമുള്ള ഭൗമികമായ അറിവുകൾ തദ്ദേശീയ ജനതകൾക്കുണ്ടായിരുന്നു. നിർമ്മാണവേളയിൽ മാത്രമല്ല, ജീവിതകാലം മുഴുവനും നിരന്തരശ്രദ്ധ ആവശ്യപ്പെടുന്നു, കിണറുകൾ. കിണറുകൾ വറ്റാതെ സൂക്ഷിക്കുവാൻ അതു നിൽക്കുന്ന സ്ഥലത്തെ, ഭൂമിയെ പരിചരിക്കേണ്ടതുണ്ട്. ഇത് കിണർ എന്ന ശില്പത്തെ വിസ്തൃതമായ ഒരു തലത്തിലേക്ക് ഉയർത്തുന്നു. ഭൂമിയുടെ മേൽത്തട്ടിലെ സസ്യജാലങ്ങളും മണ്ണിന്റെ സ്വഭാവവും കരുതലോടെ സൂക്ഷിക്കുന്നതിലൂടെ, പരിചരിക്കുന്നതിലൂടെ മാത്രമേ കിണറുകളുടെ 'അർത്ഥം' ജീവനോടെ കാക്കുവാൻ കഴിയൂ. അങ്ങനെ വരുമ്പോൾ കിണറുകൾ പാരിസ്ഥിതികസൗന്ദര്യദർശനത്തിന്റെ (eco aesthetic) കൂടി ഭാഗമായിത്തീരുന്നു.

കിണറുകൾ മനുഷ്യരുടെ സാംസ്കാരികമായ വ്യവഹാരങ്ങളുടെകൂടി ഭാഗമാവുന്നു. ഓരോയിടത്തെയും കിണറുകൾ, ആയിടത്തെ സവിശേഷമായ അധിവാസസ്വരൂപങ്ങൾക്കും (settlement patterns) ഗോത്രപാരമ്പര്യങ്ങൾക്കും സാമൂഹ്യവും രാഷ്ട്രീയവുമായ നിർണ്ണയനങ്ങൾക്കും അകത്താണ് നിൽക്കുന്നത്. പറ്റാവുന്നിടത്തെല്ലാം ചിതറിച്ചിതറിപ്പാർക്കുന്ന സവിശേഷമായ അധിവാസ രീതിയാണ് കേരളത്തിലേത്. ഓരോ കുടുംബവും അവരവരുടെ സ്ഥാനങ്ങളിൽ വേലി കെട്ടിത്തിരിച്ച് ഒറ്റയൊറ്റ അധിവാസ മാത്രകൾ ആയി നിലനിന്നുപോരുന്നു. ഈ അധിവാസ മാത്രയുടെ അവിഭാജ്യ ഘടകമായ കിണറുകൾ രൂപം കൊള്ളുന്നു. കേരളത്തിന്റെ സവിശേഷമായ ജാതിതൊഴിൽ ക്രമങ്ങൾ അധിവാസത്തെയും അതുവഴി കിണർ എന്ന ശില്പ സാന്നിധ്യത്തെയും നേരിട്ട് ബാധിക്കുന്നതായി കാണാം. ഓരോ ജാതിതൊഴിൽക്കാരും ജാതി വ്യവസ്ഥിതിയുടെ അധികാര ബന്ധഘടനക്കകത്ത് അനുവദിക്കപ്പെട്ട ഇടങ്ങളിൽ അധിവസിക്കുന്നു. അവർക്കൊപ്പം അയിത്തവും ശുദ്ധാശുദ്ധികളും അവയുമായി ബന്ധപ്പെട്ട അനേകമനേകം വിലക്കുകളും വിധികളും ചിട്ടകളും പാലിക്കുന്ന സവിശേഷമായ സ്ഥാനമായി കിണറുകൾ മാറുന്നു. ക്ഷേത്രക്കിണർ,

തുടങ്ങിയവക്ക് സവിശേഷമായ അധികാരാർത്ഥങ്ങൾ ഉണ്ട്. മേൽജാതിക്കാരുടെ വളപ്പുകെട്ടുകളിൽ പ്രവേശിക്കാനോ വെള്ളമെടുക്കാനോ താഴ്ന്ന ജാതിക്കാർക്ക് അവകാശമുണ്ടായിരുന്നില്ല. ജാതിക്രമങ്ങൾ 'വെള്ളത്തെ'പ്പോലും 'സ്പർശി'ച്ചിരുന്നു. ആനന്ദന് വെള്ളം കോരിക്കൊടുക്കുന്ന ചണ്ഡാലപ്പെൺകുട്ടിയുടെ ദൃശ്യം അക്കാലത്തെ / പല കാലങ്ങളിലെയും നീചമായ അടിച്ചമർത്തലുകളുടെ സാക്ഷ്യമെന്ന നിലയിലാണ് നാമോർക്കുക. വിഭവവിനിമയം അഥവാ വാണിജ്യം അഭിവൃദ്ധിപ്പെടുന്നതോടെയാണ് വഴികളും വഴിയോര വിശ്രമകേന്ദ്രങ്ങളും വഴിക്കിണറുകളും രൂപപ്പെടുന്നത്. ഇത്തരം വഴിക്കിണറുകളാണ് പിൽക്കാലത്ത് പൊതുകിണറുകൾ ആയിത്തീരുന്നത്. ജാതിഅധികാര വ്യവസ്ഥക്ക് പുറത്ത് എല്ലാത്തരം ആളുകൾക്കും പങ്കുചേരാവുന്ന ഒരു 'പൊതുസ്ഥലം' (public place) ഉണ്ടാവുന്നതിന്റെ ഭാഗമായാണ് പൊതുകിണറുകളുടെ പിറവി. സ്വകാര്യമായ ഇടങ്ങളിൽ, അധികാരസ്ഥലങ്ങളിൽ മാത്രം ആവിഷ്ക്കരിക്കപ്പെട്ട കിണർശില്പങ്ങൾ പൊതുസ്ഥലങ്ങളുടെ തുറസ്സിലേക്ക് ഇറങ്ങി വരുന്നതിനെ കലാചരിത്രത്തിന്റെ തന്നെ ഭാഗമായി കാണാനാവും.

ഉർവരതയുടെ കലയും കാവുകളും

വേട്ടയാടിക്കഴിഞ്ഞു പോന്ന ദീർഘകാലത്ത് പ്രകൃതിശക്തികളെ ഭയത്തോടും ഭകതിയോടും കണ്ടിരുന്ന മനുഷ്യർ കൃഷിയുടെ അഥവാ സംസ്കാരത്തിന്റെ അടുത്ത പടവിലേക്ക് പ്രവേശിക്കുന്നതോടെ പ്രകൃതിശക്തികളെ ആരാധിക്കാനും തുടങ്ങിയിരിക്കണം. കാറ്റ്, മഴ, ഇടി, മിന്നൽ, തീയ്, വെള്ളം എന്നിവ പോലെ വൃക്ഷങ്ങളെ ആരാധിക്കുന്നതിലേക്ക് മനുഷ്യർ എത്തിച്ചേർന്നു. പ്രകൃതിയിലെ പല തരം ശക്തികളെ ആരാധിക്കുന്നതിനു പകരം പ്രകൃതിയുടെ സൂക്ഷ്മ സാന്നിദ്ധ്യമെന്ന നിലക്ക് വൃക്ഷങ്ങളെ കാണാൻ ആരംഭിച്ചു എന്നു കരുതാം. വൃക്ഷാരാധനയുടെ തുടർച്ചയായാണ് കാവുകൾ അഥവാ വിശുദ്ധ വനങ്ങൾ എന്ന സങ്കേതം രൂപപ്പെടുന്നത്. പ്രാദേശികമായ ആരാധനാകേന്ദ്രങ്ങളാണ് കാവുകൾ. ഒരേ സമയം പ്രകൃതിയുടെ ഭാഗമായും പ്രകൃതിയിൽ നിന്ന് വേറിട്ടും മനുഷ്യർ സ്വയം തിരിച്ചറിഞ്ഞു തുടങ്ങുന്ന സന്ദർഭത്തിലാണ് കാവുകൾ രൂപം കൊള്ളുന്നത്. പ്രകൃതിയും പുരുഷനും എന്ന ദ്വന്ദം പിന്നീട് അമ്മദൈവങ്ങളുടെ ഉല്പത്തിക്ക് കാരണമായി. വൃക്ഷം, മാതൃദേവത, കാവുകൾ തുടങ്ങിയവയെല്ലാം പ്രകൃതിയുടെ തന്നെ സൂക്ഷ്മ രൂപങ്ങളായി മനസ്സിലാക്കപ്പെട്ടു എന്നു കരുതാം. കാവുകൾ പ്രാഥമികമായി വനാന്തരങ്ങളുടെ തുടർച്ചയാണ്. അതേ സമയം സംസ്കാരത്തിന്റെ

ഇടം കൂടിയാണ് അവ. വൃക്ഷലതാദികൾ തിങ്ങി വളരുന്ന ഒരു സ്ഥലത്തെ ആരാധനാകേന്ദ്രമാക്കി പരിവർത്തിപ്പിക്കുന്നതിലൂടെ വന്യതയെ സംസ്കാരവുമായി വിളക്കിച്ചേർക്കുന്നു എന്നു പറയാം. കൃഷി പോലുള്ള സ്ഥിര ജീവിതത്തിന്റെ പരിണാമ ഘട്ടങ്ങളിൽ വൃക്ഷാരാധന വിപുലമാവുകയും കാവുകളുടെ പിൽക്കാല സ്വരൂപങ്ങളിലേക്ക് വളരുകയും ചെയ്തിരിക്കാം.

വന്യതയുടെ ഭാഗമാണ് കാവുകൾ. ഒരു കല്ല് അല്ലെങ്കിൽ ആയുധം അതുമല്ലെങ്കിൽ മറ്റൊരു സവിശേഷ വസ്തു വൃക്ഷച്ചുവട്ടിൽ സ്ഥാപിക്കുന്നതോടെ ആ വന്യതയുടെ ഇടം സംസ്കാരത്തിന്റെ ഇടമായി മാറുന്നു. ഇത് ഒരു തരം പ്രതിഷ്ഠാപനം(installation) ആണെന്ന് കാണാം. ഒരു പക്ഷേ പ്രതിഷ്ഠാപനകലയുടെ പ്രാചീനമായ ഒരു സന്ദർഭം. ആധുനിക കലാചരിത്രത്തിൽ പ്രതിഷ്ഠാപനം എപ്രകാരം ഇടപെട്ടുവോ അതേ മട്ടിൽ മറ്റൊരു വിധത്തിൽ സംസ്കാരത്തിന്റെ സവിശേഷമായ അടരുകളിൽ കാവിലെ പ്രതിഷ്ഠാപനം ഇടപെട്ടിരുന്നു എന്നു മനസ്സിലാക്കാം. പ്രകൃതിയുടെ ഭാഗമായിരുന്ന സ്ഥലം സംസ്കാരത്തിന്റെ സ്ഥലമാവുകയും അങ്ങനെ കലയുടെ സ്ഥലമാവുകയുമാണ്. കലയുടെ സ്ഥലം എന്നത് സ്വതന്ത്രമായ ഒന്നല്ല. മറിച്ച് നിലനിൽക്കുന്ന അധികാര പ്രത്യയശാസ്ത്ര ഘടനകളിൽ പ്രവർത്തിക്കുന്ന രാഷ്ട്രീയസ്ഥലം ആയി മാറുന്നു. ജാതീയമായ മേല്-കീഴ് ബന്ധഘടനയെയും മറ്റ് അധികാര നിർണ്ണയനങ്ങളെയും പരിപാലിച്ചുകൊണ്ടാണ് ഓരോ കാവും കാവുകളുടെ കലയും നിലനിൽക്കുന്നത്. ഉല്പാദന ബന്ധങ്ങളിൽ നിന്ന്, അതിന്റെ തുടർച്ചയായുള്ള അധികാര ബന്ധങ്ങളിൽ നിന്ന് മുക്തമല്ല കാവുകൾ. ഉല്പാദന മാത്രകളുടെ, വിശേഷിച്ചും കൃഷിയിടങ്ങളുടെയും മറ്റും രക്ഷാ സ്ഥാനം എന്ന നിലയിലുള്ള കാവുകൾ ഓരോ തൊഴിൽക്കൂട്ടത്തെയും സവിശേഷ രീതിയിൽ ക്രമീകരിക്കുന്നതിലും മേൽ-കീഴ് ബന്ധങ്ങൾ നിലനിർത്തുന്നതിലും നിർണ്ണായകമായി. അഥവാ അധികാര പ്രത്യയശാസ്ത്രം തൊഴിൽക്കൂട്ടങ്ങളെ ജാതീയമായി ക്രമപ്പെടുത്തിയതിൽ കാവുകൾക്കും മറ്റ് ആരാധനാ സ്ഥാനങ്ങൾക്കും സുപ്രധാന പങ്കുണ്ട്.

കേരളത്തിൽ മിക്കവാറും കാവുകൾ മാതൃ ദേവതാ സങ്കേതങ്ങളാണ്. ഭഗവതി, കാളി, കുരുമ്പ തുടങ്ങിയ ദേവതകൾക്കെല്ലാം വ്യാപകമായി കവുകൾ നിലനിൽക്കുന്നുണ്ട്. മുണ്ടിയൻ, അയ്യൻ അഥവാ അയ്യപ്പൻ തുടങ്ങിയ ദേവകൾക്കും പ്രത്യേകം കാവുകൾ ഉണ്ട്. കൂടാതെ പലയിടത്തും സർപ്പക്കാവുകളും പരിപാലിച്ചുപോരുന്നു. കാവുകൾ വൈദികേതരമായ - ബ്രാഹ്മണേതരമായ -ആരാധനാ കേന്ദ്രങ്ങൾ കൂടിയാണ്. ലിഖിതമായ നിയമ സംഹിതകളെ അടിസ്ഥാനമാക്കിയല്ല കാവുകളിലെ അനുഷ്ഠാനങ്ങൾ. ഓരോ കാവും അതതു പ്രദേശത്തെ സവിശേഷമായ സാംസ്കാരിക ചരിത്രസ്വത്വം പിൻപറ്റുകയും പരിപാലിക്കുകയും ചെയ്തു പോരുന്നു. അതുകൊണ്ടു തന്നെ ഓരോ സവിശേഷ ജാതി സമൂഹത്തിനും താന്താങ്ങളുടേതായ കാവുകളും അനുഷ്ഠാന രീതികളും ഉണ്ടായിരിക്കും. മണ്ണാങ്കാവ്, കരുവാങ്കാവ് തുടങ്ങിയവ ഇതാണ് സൂചിപ്പിക്കുന്നത്.

ഏതാണ്ടെല്ലാ അനുഷ്ഠാനങ്ങളും ഉർവരതാനുഷ്ഠാനങ്ങളാണ്. ഉർവരത (fertility) എന്ന സങ്കല്പം കാർഷിക- കാർഷികാനുബന്ധ പ്രവൃത്തികളുമായി ബന്ധപ്പെട്ടവയാണ്. പ്രകൃതിയുമായുള്ള സൂക്ഷ്മ വ്യവഹാരങ്ങളിൽ നിന്നും വിശേഷിച്ചും ഋതുഭേദങ്ങൾക്കനുസരിച്ച് രൂപപ്പെടുത്തിയ സവിശേഷ സംസ്കാരമാണ് കാർഷികവൃത്തി. മണ്ണിന്റേയും ജീവജാലങ്ങളുടേയും സസ്യ പ്രകൃതിയുടേയും ഉർവരതയാണ് കാർഷിക സംസ്കൃതിയുടേയും അതുവഴി നാട്ടുസംസ്കൃതിയുടെ തന്നെയും അടിത്തറ. പ്രാദേശിക ആരാധനാ കേന്ദ്രങ്ങളുടെ അഥവാ കാവുകളുടെ അനുഷ്ഠാനങ്ങൾ ഉർവരതാനുഷ്ഠാനങ്ങളായി മാറുന്നത് ഇതിന്റെ തുടർച്ചയിലാണ്. അങ്ങനെ നോക്കുമ്പോൾ കാവുമായി ബന്ധപ്പെട്ട കലാവിഷ്കാരങ്ങളെല്ലാം ഒരു തരത്തിലല്ലെങ്കിൽ മറ്റൊരു തരത്തിൽ ഉർവരതയുടെ കല (art of fertility) എന്ന നിലയിൽ മനസ്സിലാക്കാം. ഇതൊരു തരത്തിൽ ഭൂമിയുടെ കലയാണ് എന്നും കാണാം. ജീവന്റേയും ജീവിതത്തിന്റേയും നിലം മണ്ണാണ് എന്ന ബോധം തദ്ദേശീയ സമൂഹങ്ങളിൽ ഉൾച്ചേർന്നിരിക്കുന്നു. ജീവജാലങ്ങളും സസ്യങ്ങളും മണ്ണും ഋതുക്കളും എല്ലാം

പരസ്പരബന്ധിതമായ ഒരു ആവാസ വ്യവസ്ഥയിൽ പങ്കുചേരുന്നു. ഈ പരസ്പര ബന്ധുത്വത്തെക്കുറിച്ചുള്ള ധാരണയാണ്, അറിവാണ് കാർഷിക സംസ്കാരത്തിന്റെ അടിത്തറ. കൃഷിയെ കേന്ദ്രീകരിച്ചുള്ള സാമൂഹ്യജീവിതത്തിന്റെ വിവിധ അടരുകളിൽ ഇതേ അറിവ് പ്രയോഗത്തിൽ വരുന്നു. കൃഷിയുടെ ആരംഭവും വിളവെടുപ്പും അത്തരം സമൂഹങ്ങളിൽ പ്രധാനപ്പെട്ട സന്ദർഭമായിത്തീരുന്നു. ഋതുചക്രങ്ങളെ സൂക്ഷ്മമായി നിരീക്ഷിക്കുകയും പ്രാദേശികമായ കാലഗണനാ സങ്കേതങ്ങൾ രൂപപ്പെടുത്തുകയും ചെയ്യുകവഴി മെച്ചപ്പെട്ട രീതിയിൽ കാർഷിക വൃത്തിയിൽ ഏർപ്പെടുവാൻ അവർക്ക് സാധിച്ചിരുന്നു. മനുഷ്യരെപ്പോലെ ജന്തുജാലങ്ങൾക്കും സസ്യജാലങ്ങൾക്കും മാത്രമല്ലാ മണ്ണിനു തന്നെയും അഗാധമായ വിധം ലൈംഗികത ഉണ്ടെന്ന തിരിച്ചറിവ് അവർ പങ്കുവെച്ചു പോരുന്നു. മനുഷ്യശരീരത്തിന്റെ ഒരു തുടർച്ചയെന്നോണം പ്രകൃതിയുടെ വിവിധ അടരുകളെ ശരീരങ്ങളായി കാണാൻ അവർക്കു കഴിഞ്ഞു. ഉച്ചാരൽ പോലുള്ള അനുഷ്ഠാനങ്ങളിൽ ഇത് പ്രകടമാണ്. ഭൂമിയുടെ ആർത്തവം എന്ന സങ്കല്പമാണ് ഉച്ചാരലിനെ സവിശേഷമാക്കുന്നത്. ഭൂമിയെ സ്ത്രീശരീരവുമായി ചേർത്തുവെക്കുന്ന ദർശനം തദ്ദേശീയ സമൂഹങ്ങളിലെല്ലാം പ്രധാനമാണ്. വൃക്ഷാരാധനയിൽ പാലുള്ള വൃക്ഷങ്ങൾക്ക് സവിശേഷ സ്ഥാനമാണുള്ളത്. സ്ത്രൈണശരീരത്തിൽ നിന്ന് മുലപ്പാലുണ്ടാകുന്നതുപോലെ വൃക്ഷം അതിന്റെ ശരീരത്തിൽ പാലു സൂക്ഷിക്കുന്നു. ആരാധിക്കപ്പെടുന്ന വൃക്ഷം സ്ത്രൈണതയെ സൂചിപ്പിക്കുന്നു. മാതൃ ദേവതയുടെ സ്ഥാനവും വൃക്ഷങ്ങൾക്ക് കൈവരുന്നു. കാവുകളിലെല്ലാം ഇത്തരം വൃക്ഷാരാധന പ്രകടമാണ്. തദ്ദേശീയ സമൂഹങ്ങളുടെ ശരീരബോധത്തിന്റെ, പ്രകൃതിബോധത്തിന്റെ, ഉർവരതാസങ്കല്പത്തിന്റെ തുടർച്ചയായാണ് കാവുകൾ പോലുള്ള ആരാധനാസങ്കേതങ്ങളെ കാണേണ്ടത്.

ഉടലിന്റെ വിനിമയങ്ങൾ

സ്ത്രീശരീരമാണ് ടി.കെ.പത്മിനിയുടെ ചിത്രങ്ങളിലെ പ്രധാന ദൃശ്യബിംബം. സവിശേഷ സ്വത്വം ആർജ്ജിച്ച സ്വരൂപങ്ങൾ എന്ന നിലയിലാണ് ഓരോ ശരീരത്തിന്റേയും ആവിഷ്കാരം. ഭാഗികമോ പൂർണമോ ആയ നഗ്നശരീരങ്ങളാണ് അവയിലേറെയും. ഇവയോരോന്നും അവയുടെ ചലനങ്ങൾ കൊണ്ടോ നിലകൾ കൊണ്ടോ ക്രൂസലില്ലായ്മ പ്രകടിപ്പിക്കുന്നതു കാണാം. അകത്തിവെച്ച കാലുകളും ഉയർത്തിപ്പിടിച്ച കൈകളും തുറന്ന മാറിടവും തുറന്ന അരക്കെട്ടും ശരീരത്തിന്റെ, വിശേഷിച്ചും സ്ത്രീശരീരത്തിന്റെ തുറവിയുടെ പ്രത്യക്ഷങ്ങളാണ്. ഓരോ ആവാസ വ്യവസ്ഥക്കും പാരിസ്ഥിതിക ഘടനയ്ക്കും അനുപൂരകമായി വികസിക്കുന്നവയാണു അതാതു ദേശത്തെ ജനതയുടെ ശാരീരിക ഭാഷ. അവ ജൈവികവും നൈസർഗ്ഗികവുമായ ചേഷ്ടകൾ തന്നെയാണു, മരത്തിൽ ചാരി നില്ക്കുന്നതും നിലത്തു കൈയൂന്നിയിരിക്കുന്നതും ഇടുപ്പിൽ കൈയൂന്നി നില്ക്കുന്നതും മറ്റും. എന്നാൽ ഇത്തരം ചലനങ്ങൾക്ക് മേൽ, വിശേഷിച്ചും സ്ത്രീശരീര ചലനങ്ങൾക്കുമേൽ സാമൂഹികമോ സാംസ്കാരികമോ ആയ കൈയേറ്റങ്ങളോ കൈകടത്തലുകളോ നടത്തുന്നതോടെയാണു മെരുക്കപ്പെട്ട ശരീര ഭാഷകൾ നിർമിക്കപ്പെടുന്നത്. ഇത്തരം നിർമിതികളിലൂടെ നൈസർഗിക ശരീര ചലനങ്ങൾ സാമൂഹികസമ്മതികൾക്ക് പുറത്തു നിർത്ത

പ്പെടുന്നവയാവുന്നു. സ്ത്രീ ശരീരത്തിനുമേലുള്ള നിയന്ത്രണം അവളുടെ സാമൂഹികമായ ചലനാത്മകതയെത്തന്നെ റദ്ദ് ചെയ്യുന്നു എന്നതും പ്രധാനമാണ്. എന്നാൽ ഇത്തരം സാമൂഹിക ക്രമങ്ങൾക്ക് പുറത്തു നിർത്തപ്പെടുന്ന ചലനങ്ങളും നില്പ്പുകളും പദ്മിനിച്ചിത്രങ്ങളിൽ ആവർത്തിക്കുന്നു. ശരീരത്തെക്കുറിച്ചും അനിയന്ത്രിത ചലനത്തെക്കുറിച്ചുമുള്ള സൂക്ഷ്മരാഷ്ട്രീയ ധാരണകളുടെ തുടർച്ചയാണീച്ചിത്രങ്ങൾ.

ജാതിശരീരങ്ങളോ വംശശരീരങ്ങളോ ആയി മാത്രം തിരിച്ചറിയപ്പെട്ടിരുന്ന കേരളീയ ശരീരങ്ങളെ ഇത്തരം മുദ്രകൾക്ക് പുറത്തേക്കാനയിക്കുന്നു ഈ ചിത്രങ്ങൾ. ഓരോ അലങ്കാരവും ഓരോ ആഭരണവും ജാതിവംശ– ദേശ സ്വത്വങ്ങളുടെ വിളംബരങ്ങളാകാവുന്ന ചിത്രപ്രതലത്തിൽ ഇവയിൽനിന്നെല്ലാം മോചിപ്പിക്കപ്പെട്ട ശരീരങ്ങൾ കേവലശരീരങ്ങൾ ആവിഷ്കരിക്കുക എന്നതു രാഷ്ട്രീയപ്രക്രിയ കൂടിയാണ്. ഇവയോരോന്നും ശരീരമെന്ന നിലയിൽ വ്യക്തിത്വവും കർതൃത്വവും സൂക്ഷിക്കുന്നുണ്ട്. ചിത്രത്തിലെ ചലനാത്മകതയും പ്രകടനപരതയും ഇതിന്റെ സൂചകമാണ്. കൊളോണിയൽ ആധുനികതയുടെ സദാചാരസംഹിതകളെ; ശരീരത്തെയും ലൈംഗികതയെയും കുറിച്ചുള്ള ധാരണകളെ മറികടക്കുന്നവയോ നിഷേധിക്കുന്നവയോ ആണ് ഈ ആവിഷ്കാരങ്ങൾ.

കൊളോണിയൽ ആധുനികതയുടെ ഭാഗമായ രവിവർമച്ചിത്രങ്ങളോട് കൃത്യമായ അകലം പാലിക്കുന്നുണ്ട് പദ്മിനിയുടെ ചിത്രങ്ങൾ. രവിവർമ്മയുടെ വരേണ്യവും കുലീനവുമായ ആദർശലാവണ്യമുള്ള സ്ത്രീ ശരീരങ്ങൾക്കെതിരിൽ വസ്ത്രീധരിച്ചതും, മിക്കപ്പോഴും ഇരുണ്ടതും കുറിയതുമായ സ്ത്രീ ശരീരങ്ങളെ പദ്മിനി പകരംവെച്ചു. വിക്ടോറിയൻ ശരീരബോധ്യങ്ങളെ സ്വീകരിക്കുന്ന വസ്ത്ര/ശരീര ഭാവനകളിൽനിന്നുമകന്ന് നഗ്നശരീരങ്ങളുടെ രാഷ്ട്രീയബോധ്യങ്ങളെ ചിത്രങ്ങളിലവതരിപ്പിച്ചു. പ്രത്യുല്പാദനവുമായും ലൈംഗികതയുമായും ബന്ധപ്പെട്ട് പുരുഷാധിപത്യ സാമൂഹിക രാഷ്ട്രീയ അധികാര ക്രമങ്ങൾക്ക് കീഴമർന്നിരുന്ന സ്ത്രീശരീരങ്ങളാണ് സ്വയം തുറന്നുകൊണ്ട് ചിത്രപ്പെടുന്നത്. സ്വന്തം ശരീരത്തിനും

ലൈംഗികതയ്ക്കും നഗ്നതയ്ക്കും മേൽ സ്വയംനിർണ്ണയനാവകാശം സ്ഥാപിച്ചെടുത്ത സ്ത്രീകളാണിവർ. സ്ത്രീയുടെ ശരീരകാമനകളെ ഉടലുകൊണ്ടുതന്നെ പ്രകടിപ്പിക്കുന്ന ശരീര രാഷ്ട്രീയത്തിന്റെ പ്രത്യക്ഷങ്ങളായി പദ്മിനിച്ചിത്രങ്ങളെ കാണേണ്ടതുണ്ട്. അത് കേരളീയ സ്ത്രീജീവിതചരിത്രങ്ങളുടെ തന്നെ ഭാഗമാണ്.

നഗ്നമായ സ്ത്രീ ശരീരം രൂപപരമായി ദേവതാ സങ്കല്പത്തോടോ യക്ഷീ സങ്കല്പത്തോടോ ചേർന്നു നില്ക്കുന്നതു കാണാം. അഴിഞ്ഞുകിടക്കുന്ന നീണ്ട മുടിയും കാല്ച്ചിലമ്പും അരമണിയും എല്ലാം ചേർന്ന് പ്രാദേശികമായ ദേവതാസങ്കല്പത്തിന്റെ സ്വരൂപം നിർമി ച്ചെടുക്കുന്നുണ്ട്. യഥാർത്ഥ ജീവിതത്തിൽ സാധ്യമാവാത്ത സ്വാതന്ത്ര്യ കാമനകൾ പൂർത്തിയാക്കാൻ തക്ക അതീന്ദ്രിയത്വം കല്പ്പിച്ച് നിർമിക്കപ്പെട്ട മിത്താണ് യക്ഷി. പുരുഷാധിപത്യ സാമൂഹ്യക്രമ ത്തിന്റെയും കുടുംബ ഘടനയുടെയും ലൈംഗികാധീശത്വത്തിന്റെയും ഇരകളായ സ്ത്രീകളുടെ മരണാനന്തര ഉയിർപ്പുകളാണ് യക്ഷികൾ. സ്ത്രീയ്ക്കു നിഷേധിക്കപ്പെട്ട (രാത്രി)സഞ്ചാരം സ്വാതന്ത്ര്യപൂർവം നടത്തുന്ന ഒരേയൊരു സ്ത്രീവർഗ്ഗം ഇവരാണെന്നുകാണാം. മാത്രമല്ല, സ്ത്രീയെ വസ്തുവല്ക്കരിക്കുന്ന പുരുഷവർഗ്ഗത്തോട് ഹിംസാത്മകവും സംഹാരാത്മകവുമായി പ്രതികരിക്കുന്നവരാണ് യക്ഷികൾ. പദ്മിനിയുടെ ചിത്രങ്ങളിൽ യക്ഷിയുടെ വിഗ്രഹലക്ഷണം നിലനിർത്തിക്കൊണ്ടുള്ള രൂപങ്ങൾ ആവർത്തിച്ചു പ്രത്യക്ഷപ്പെടുന്നു. ഇത് സ്ത്രീ ശരീരത്തിനു കേവല ശരീരമെന്നതില്ക്കവിഞ്ഞുള്ള ഒരു അതീന്ദ്രിയ മാനം നല്കുന്നു. അതേ നേരം തന്നെ ഈ ചിത്രങ്ങൾ സ്ത്രീയും പ്രകൃതിയും തമ്മിലുള്ള പാരസ്പര്യത്തിന്റെ മൂർത്തരൂപം കൂടിയാവുന്നു. ചിത്രത്തിൽ അനേകം വൃക്ഷങ്ങൾ പ്രത്യക്ഷപ്പെടുന്നുണ്ട്. വൃക്ഷങ്ങളുടെ രൂപഘടന, നില്പ്പ്, തന്നെയാണ് ചിത്രത്തിലെ സ്ത്രീയ്ക്കും. കാലുകൾ മണ്ണിലേയ്ക്കു വേരാഴ്ത്തിയും കൈകൾ ആകാശത്തിലേയ്ക്കുയർത്തിയുമുള്ള നില്പ് മരത്തെയും പെണ്ണിനെയും ഒരേ ഉണ്മയിലേക്ക് അന്വയിക്കുന്നു. ജലം, പറവകൾ, ആകാശം, സൂര്യചന്ദ്രന്മാർ, സർപ്പങ്ങൾ, മണ്ണ്, പൂവ്, തുടങ്ങിയവയെല്ലാം നഗ്നശരീരങ്ങളോട് ശ്രുതിബദ്ധമായി ചേർന്നു നില്ക്കുന്നതു കാണാം. പശ്ചാത്തലമോ അലങ്കാരമോ അല്ല ഇവയൊന്നും.

ഇവയോരൊന്നിന്റെയും സാന്നിദ്ധ്യം സ്ത്രീയും പ്രകൃതിയും ഒരേ ഉണ്മയുടെ തുടർച്ചയാവുന്ന പാരിസ്ഥിതിക സ്ത്രീ സൗന്ദര്യദർശനത്തിന്റെ(eco-feminine aesthetic)ഭാഗമായി രൂപപ്പെട്ടവയാണെന്ന മനസ്സിലാക്കാം.

കെ.സരസ്വതി അമ്മയുടെയും മറ്റും രചനകളിൽ പ്രകടമായ കരുത്തുറ്റ, സ്വന്തമുടലിലും ലൈംഗികതയിലും അവകാശം തിരിച്ചുപിടിച്ച, തന്മയുള്ള, സ്വത്വ ബോധമുള്ള സ്ത്രീയുടെ ദീർഘ ചരിത്രത്തിന്റെ തുടർച്ചയിലാണ പദ്മിനിയുടെ സ്ത്രീകൾ സ്ഥാനപ്പെടുന്നത്. പദ്മിനിയുടെ മരണാനന്തരം എൺപതുകൾക്ക ശേഷം മാത്രം കേരളീയ ജീവിതത്തിൽ സാധ്യമായ സ്ത്രീകളുടെ കൂട്ടു ചേരലുകളും ബദൽ ജീവിതാന്വേഷണങ്ങളും പ്രവചനം പോലെ രേഖപ്പെടുത്തുവാൻ പദ്മിനിയ്ക്കു കഴിഞ്ഞിട്ടുണ്ട്. പെണ്ണുങ്ങൾ മാത്രം വിഹരിക്കുന്ന, സഞ്ചരിക്കുന്ന മേടുകൾ, തുറസ്സുകൾ, ഇടങ്ങൾ ഒക്കെയും ഈ ചിത്രങ്ങളിൽക്കാണാം. നഗ്നമായ ഉടലുകളോടെ ഇരുന്നും കിടന്നും പുണർന്നും വിശ്രമിക്കുന്ന മൂന്നു പെണ്ണുങ്ങളുടെ ചിത്രത്തിൽ ഇതു പ്രകടമാണ. അതേസമയം, പുരുഷന്മാരും സ്ത്രീകളും ഒരുമിച്ചുള്ള നാടോടി ഗോത്ര സ്വഭാവത്തോടുകൂടിയ സംഘജീവിത ദൃശ്യങ്ങളും കാണാം. സാമ്പ്രദായിക കുടുംബ വ്യവസ്ഥകൾക്കുപുറത്ത് പെണ്ണുങ്ങൾ മാത്രമായോ ചിലപ്പോഴെല്ലാം പുരുഷനോടൊപ്പം തുല്യനില പങ്കിട്ടോ നിർമ്മിച്ചെടുക്കുന്ന മറുലോകങ്ങളേക്കൂടി പദ്മിനിയുടെ ചിത്രങ്ങൾ രേഖപ്പെടുത്തുന്നുണ്ട്. കുടുംബരഹിതമായ തുറന്ന പാർപ്പിടങ്ങളെയും വാസസ്ഥാനങ്ങളെയും ദൃശ്യപ്പെടുത്തുന്നതോടൊപ്പം ആധുനികമായ കുടുംബത്തിന്റെ ചിത്രണവും നടത്തിയിട്ടുണ്ട്, പദ്മിനി. കൂട്ടു കുടുംബങ്ങൾ തകരുകയും അണുകുടുംബങ്ങൾ രൂപപ്പെടുകയും ചെയ്യു പരിണാമ കാലത്തിന്റെ സൂചകമെന്നോണമുള്ള ‘കുടുംബചിത്രം’ത്തിൽ ‘അച്ഛൻ’ കേന്ദ്രസ്ഥാനത്തു വരികയും അമ്മയും കുഞ്ഞും പാർശ്വങ്ങളിൽ പിന്നിലായി വിന്യസിക്കപ്പെടുകയും ചെയ്തിട്ടുള്ളത് കാണാം. മറ്റു ചിത്രങ്ങളിലെല്ലാം തീവ്രമായ ചലനാത്മക സ്വഭാവത്തോടെ പ്രത്യക്ഷപ്പെട്ടിട്ടുള്ള സ്ത്രീരൂപങ്ങൾ ഈ ചിത്രത്തിൽ ഒതുക്കം പ്രകടിപ്പിക്കുന്നതും ശ്രദ്ധേയമാണ്. ആധുനിക കുടുംബം എന്ന

അടഞ്ഞവ്യവസ്ഥയുടെ തന്നെ തുടർച്ചയാണ് ഇത്തരം ഒതുക്കം ശീലിച്ച അടച്ചു വെച്ച ശരീരങ്ങൾ. പൂർണ്ണമായും തീർച്ചപ്പെടുത്തിയ, ഉറപ്പായിക്കഴിഞ്ഞ ലോകബോധത്തെ ആവിഷ്ക്കരിക്കുകയല്ല, ഒരേ സമയം ചരിത്രത്തെയും വർത്തമാനത്തെയും അവയുടെ മുഴുവൻ സംഘർഷങ്ങളോടെയും രേഖപ്പെടുത്തുവാനാണ് പദ്മിനി ശ്രമിച്ചിട്ടുള്ളത് എന്നു കാണാം.

ഭൂമിയുടെ കല

കമ്പോളത്തിന്റെ ചരടുകളിൽനിന്ന് കലാവൃത്തിയെ സ്വതന്ത്രമാക്കാനുള്ള അന്വേഷണങ്ങളുടെ ഭാഗമായാണ് 'നിങ്ങളുടെ മുറിവുകളിലേക്കു വരട്ടെ; എനിക്ക് ഭേദമാകുവാൻ' (Let me come to your wounds, heal myself) എന്ന കലാവിന്യാസം അവതരിപ്പിക്കപ്പെട്ടത്. ഗാലറിച്ചുവരുകൾക്കുള്ളിൽ നിന്ന് പുറംപ്രകൃതിയിലേക്ക്, തെരുവുകളിലേക്ക് ഇറങ്ങിവരുന്ന കല നമുക്ക് പരിചിതമാണ്. നഗരകേന്ദ്രിതമായ അത്തരം വ്യവഹാരങ്ങളിൽ നിന്നുകൂടി പരമാവധി അകലം പാലിക്കുകയും വ്യവസ്ഥാപിതമായ കലാവസ്തു - കാണി ദ്വന്ദ്വങ്ങൾക്ക് പുറത്തുകടക്കുകയും തദ്ദേശീയ സമൂഹങ്ങളുടെ ആവാസവ്യവസ്ഥയോട് കലരാൻ ശ്രമിക്കുകയും ചെയ്യുന്നതിലൂടെ സമകാലിക കലയെ പുതിയ തുറസ്സുകളിലേക്ക് കൊണ്ടുവരികയാണ് ഈ കലാപദ്ധതി. കൃഷിയുടെ സംസ്കാരത്തെയും കാർഷിക വൃത്തിയുടെ പാരിസ്ഥിതികവും രാഷ്ട്രീയവും ആത്മീയവുമായ വിവേകങ്ങളെയും ജ്ഞാനങ്ങളെയും ജീവിതദർശനങ്ങളെയും പ്രധാനമായി കരുതുകയും പാരിസ്ഥിതികകല (Eco-art) എന്ന സങ്കൽപനത്തോട് ഇഴുകിച്ചേരുന്നവിധം തദ്ദേശീയസമൂഹത്തിന്റെ യാഥാർഥ്യങ്ങളോട്

ചേർന്നുനിൽക്കുകയും ചെയ്യുന്നുണ്ട്, ജൈവകർഷകരുടെ കൂട്ടായ്മയായ എഫ് ടി എ കെ യുടെ ഒൻപതാമത് വിത്തുത്സവത്തിന്റെ ഭാഗമായി രൂപപ്പെടുത്തിയ ഈ കലാവിന്യാസം.

2

വിത്തുകൾക്ക് കാവൽ നിൽക്കുന്ന കുറെ മനുഷ്യർ. ആരുടെയും പ്രേരണയില്ലാതെ, ഉൾവിളിയെ പിന്തുടർന്ന് മണ്ണിലിറങ്ങുകയും ജീവൻ തുളുമ്പുന്ന ഒരുപിടി വിത്തുകൾ കൈവെള്ളയിൽ വെക്കുകയും ചെയ്തവർ. വിത്ത് സൂക്ഷിക്കേണ്ടത് മ്യൂസിയങ്ങളിലല്ല, മണ്ണിലാണ് എന്ന് ബോധ്യം വന്നവർ. അവർ മണ്ണിന്റെ ശരീരം ഈർപ്പമോടെ കാത്തുപോന്നു. വിത്തുകൾ മണ്ണിലാഴ്ത്തിവെച്ചു. നനച്ചു. പുതപ്പിച്ചു. രാവും പകലുമില്ലാതെ കാത്തു. മഴയും വെയിലും കൊണ്ടു. ഇടയ്ക്ക് വാടിയും തളർന്നും പോയി. പിന്നെയും തെഴുത്തും തളിർത്തും വന്നു. ആ വിത്തുകൾ ജീവന്റെ വള്ളികളും ശിഖരങ്ങളും ഇലച്ചാർത്തുകളുമായിത്തീർന്നു. കതിരുകളും കായ്കനികളുമായി, കുറച്ചു വിത്തുകൾ കൂടി തന്നു.

3

'നിങ്ങളുടെ മുറിവുകളിലേക്കു വരട്ടെ, എനിക്കു ഭേദമാവാൻ' എന്ന ശീർഷകത്തോടെ സി.എഫ്. ജോണും സംഘവും രൂപപ്പെടുത്തിയ കലാപദ്ധതിയുടെ ഒരു ഭാഗം, വിത്തുകൾ കാത്തു പോരുന്ന മനുഷ്യരെപ്പറ്റിയുള്ള ദൃശ്യാഖ്യാനമാണ്. പിരമിഡിന്റെ ആകൃതിയിലുള്ള ഒരു കൂടാരമാണിത്. അർദ്ധതാര്യമായ തുണികൊണ്ടും മുളങ്കമ്പുകൾ കൊണ്ടും മണ്ണിൽപ്പണിത ഈ കൂടാരത്തിനുള്ളിൽ പൈതൃക വിത്തുകൾ കൃഷിയിടങ്ങളിൽ പരിപാലിച്ചു പോരുന്ന കർഷകരുടെ ജീവിതത്തിനുള്ള ആദരസൂചകമായി ക്രമീകരിച്ച ദൃശ്യശകലങ്ങളും വിവരണങ്ങളുമാണ്. കൂടാരത്തിനു നടുവിൽ മണ്ണിൽ നിർമ്മിച്ച ചെറുമേശമേൽ ഒരു പുസ്തകം പോലെ നാമവരെ താളുകളായി കണ്ടുമുട്ടുന്നു. വിത്തുകൾ നമ്മെയും നാം വിത്തുകളെയും പരസ്പരം കാക്കുന്നു എന്ന അർത്ഥത്തിലേക്കാണ് ഈ ദൃശ്യാഖ്യാനം കാഴ്ചക്കാരെ നയിക്കുന്നത്. വിത്തിന്റെ ചുണ്ടു പോലെ തുണിയുടെ കീറലിലൂടെ അകത്തു കടക്കുന്ന ഒരാൾ, അയാളെ പൊതിഞ്ഞു

പിടിക്കുന്ന വിത്തുകൾ, തിരിച്ചിറങ്ങുമ്പോൾ അയാൾ പുതിയ അവബോധത്തിലേക്ക് തെഴുക്കുന്ന ഒരു മുള. ഒരു വിത്തിനകത്തെ സാന്ദ്രമായ, ഈർപ്പമുള്ള, അർദ്ധതാര്യമായ അന്തരീക്ഷത്തെ പുനർനിർമ്മിക്കുന്നതിലൂടെ ഈ പ്രതിഷ്ഠാപനം, മനുഷ്യരും പ്രകൃതിയും പരസ്പരം കലർന്നു കിടക്കുന്ന സവിശേഷ സ്ഥാനത്തെയാണ് ആഖ്യാനം ചെയ്യുന്നത്. പിരമിഡിന്റെ മുൻവശത്തെ കാഴ്ച, ഗർഭമുഖത്തിന്റെ, യോനിയുടെ ഓർമ്മ കൊണ്ടുവരും വിധമാണ്. വിടവിലൂടെ നാം പ്രവേശിക്കുന്നത് ഗർഭത്തിലേക്കാണ്. അതിന്റെ ജൈവമായ താളങ്ങളിലേക്കാണ്. പുറത്തിറങ്ങുന്നതോ പുതിയ പിറവിയും.

4

മറഞ്ഞിരിക്കുന്ന ആകാശമുണ്ട്, ഓരോ വിത്തിലും.
ഒരു ചെടിയോ ഒരു മരമോ ആയിത്തീരാനുള്ള സ്വപ്നനിദ്ര.

അമ്മയുടെ ഗർഭത്തിൽ കുഞ്ഞ് ഉറങ്ങിക്കിടക്കുമ്പോലെ,
മണ്ണിനടിയിൽ വിത്തുകൾ പാർക്കുന്നു.
അത്ര നിശ്ശബ്ദമായി.
അത്ര നിഗൂഢമായി.

വിത്തുകൾ ദീർഘമായ ഒരു കാത്തിരിപ്പിലാണ്.
ഭൂമിയുടെ ഇരുട്ടിൽ, തണുപ്പിൽ മയങ്ങിക്കിടക്കുന്ന പ്രാണൻ.

മഴ തൊടുമ്പോൾ, സമാധിയിൽ നിന്നുണർന്ന് ശലഭം പോലെ,
എഴുന്നേറ്റ്,
കണ്ണുകൾ തുറന്ന് ഈ ലോകത്തെ ആശ്ചര്യത്തോടെ നോക്കുന്നു.

പതുക്കെപ്പതുക്കെ
വെയിലും വെള്ളവും തൊട്ട്,
പൂവും പരാഗവുമായി,
പടരുന്നു,
പച്ചയുടെ ഉത്സവം തുടങ്ങുന്നു.

ജീവികളെപ്പോലെ, മനുഷ്യരെപ്പോലെ,
വിത്തുകൾക്കുണ്ട്
ബോധാബോധങ്ങൾ,
ഉറക്കമുണർച്ചകൾ , ധ്യാനവും നൃത്തവും,
രതി, മരണങ്ങളും.
വിത്തുകൾക്കുണ്ട് ഈർപ്പമുള്ള ഹൃദയം.

മണ്ണിൽ പാർക്കുന്ന മനുഷ്യർ വിത്തുകൾ തൊട്ടു നോക്കുന്നു
അരുമയോടെ,
അനുകമ്പയോടെ,
ഇപ്പോൾ പിറന്ന കുഞ്ഞിനെത്തൊടുമ്പോലെ,
മണ്ണിനെ തൊടുന്ന പോലെ.

വിത്തുകളുടേത് ആദിമമായ ഒരു ഭാഷയാണ്. ഭൂമിയുടെ ഭാഷയാണ്.
ജീവന്റെ ഭാഷ.
വിത്തുകൾക്കു കാതോർക്കുന്നവർ,
മണ്ണിനു കാതോർക്കുന്നവർ
ആ ഭാഷ പഠിച്ചവർ.

ഒരുപിടി വിത്തുകളുമായി ഈ നനഞ്ഞ മണ്ണിലൂടെ നടക്കുന്നവർ
ഭൂമിയുടെ നനവു വറ്റാതെ കാക്കുന്നു.
പ്രാണൻ വറ്റാതെ കാക്കുന്നു.
ആ നടപ്പിൽ എല്ലാ മുറിവുകളും ഉണങ്ങുന്നു
മനുഷ്യരുടെയും ഭൂമിയുടെയും മുറിവുകൾ
ആ നടപ്പ് തന്നെ
ഒരു സമരം.
ഏകാന്തമായ ഒരു പോരാട്ടം.
സഹനവും കരുണയും പ്രത്യാശയും നിറഞ്ഞ ഒരു പ്രാർത്ഥന.
പ്രാണനു വേണ്ടിയുള്ള പ്രാർത്ഥന.

(മന്ത്രിക്കുന്ന വിത്തുകൾ/whispering seeds)

കരിമ്പനയോലകളും മുളകളും ഓലപ്പായകളും മണ്ണും കൊണ്ട്

നിർമ്മിച്ച ഒരു കുടിലാണ് 'മന്ത്രിക്കുന്ന വിത്തുകൾ' (Whispering seeds) എന്നു പേരിട്ട പ്രതിഷ്ഠാപനം. കുടിലിനുള്ളിൽ തറയിൽ ഒരു മൺകുടം. അതിനകത്ത് നനവുള്ള ഒരു പിടി നെൽവിത്തുകൾ. മനുഷ്യ ശരീരത്തെ പരിഭാഷപ്പെടുത്തുന്ന ദൃശ്യ ബിംബമാണ് മൺകുടം. ഭാരതീയ പാരമ്പര്യങ്ങളിലെല്ലാം ശരീരത്തെ സൂചിപ്പിക്കുവാൻ കുടത്തിന്റെ ബിംബം വ്യാപകമായി ഉപയോഗിക്കപ്പെട്ടിട്ടുണ്ട്. കുടത്തിലെ വെള്ളം -ശരീരവും ആത്മാവും - എന്ന നിലയിലും വായിക്കപ്പെട്ടു. ഈ ദൃശ്യാഖ്യാനത്തിലാവട്ടെ കുടത്തിനുള്ളിലെ സംസാരിക്കുന്ന വിത്തുകൾ ഗർഭാശയത്തിനുള്ളിലെ ശിശുവിനെ ഓർമ്മിപ്പിക്കുന്നു. കുഞ്ഞിന്റെ അനക്കവും മിടിപ്പും ഉറക്കമുണർച്ചകളും നനവിനും പ്രകാശത്തിനുമായുള്ള ഇച്ഛയും ഓർമ്മിപ്പിക്കുന്നു. വിത്തുകളുടെ പ്രപഞ്ചത്തെ മനുഷ്യരുടെ ഉടലുമായിച്ചേർത്ത് വെക്കുന്നതിന്റെ ദൃശ്യസാരം പ്രകൃതികലയുടെ സൗന്ദര്യദർശനവുമായാണ് ചേർന്നു നിൽക്കുന്നത്. മൺകുടത്തിന്റെ ചെറിയ വായിൽ കാതുകൾ ചേർത്താൽ വിത്തുകൾ മന്ത്രിക്കുന്നതു കേൾക്കാം. മണ്ണിൽ പറ്റിച്ചേർന്നു കിടക്കുന്ന വിത്തിന്റെ ആന്തരികമായ സഞ്ചാരങ്ങളേയും തേടലുകളെയും ധ്യാനത്തെയും കാമത്തെയും ഒക്കെ രേഖപ്പെടുത്തുന്ന ഒരു കവിതയായി വിത്തുകളുടെ ആത്മഭാഷണത്തെ കേൾക്കാനാവും. മൺച്ചുമരിൽ തകരച്ചട്ടയിൽ വിത്തിന്റെ ഭാഷണങ്ങൾ രണ്ടു ഭാഷകളിൽ വായിക്കുകകയുമാവാം. ഭൂമിയുടെ രാഷ്ട്രീയത്തെയും ആത്മീയതയെയും ഓർക്കുന്ന, മനുഷ്യരുടെയും പ്രകൃതിയുടെയും ചേർപ്പിനെ ആഘോഷിക്കുന്ന, കാർഷിക വൃത്തിയുടെ കലയെയും പോരാട്ടത്തെയും സ്പർശിക്കുന്ന ദൃശ്യകവിതയാണ് ഈ പ്രതിഷ്ഠാപനം. മറഞ്ഞിരിക്കുന്ന ആകാശമുണ്ട് ഓരോ വിത്തിലുമെന്ന് അത് നമ്മോടു പറയുന്നു.

5

ഭൂമിയുടെ കാമമാണ് വിത്തുകൾ. സ്ത്രൈണമായ ഉണ്മയാണത്. എത്രയോ കാലങ്ങൾ അത് അനക്കമറ്റ് , മണ്ണിനടിയിൽ സുഷുപ്തിയിലായിരിക്കുന്നു. മഴയുടെ, നനവിന്റെ ആദ്യത്തെ പൊടിയിൽ അവളുണർന്ന്, പൂത്ത് വിടർന്ന്, പച്ചയുടെ ഉത്സവമാകുന്നു. മനുഷ്യരിലൂടെ വിത്തുകളിലേക്കും വിത്തുകളിലൂടെ ഭൂമിയിലേക്കും ഭൂമിയിലൂടെ പിന്നെയും മനുഷ്യരിലേക്കും ചാക്രികമായി

സഞ്ചരിക്കുന്നെ ജൈവതാളങ്ങളാണ് ഈ ദൃശ്യാഖ്യാനങ്ങൾ ഓരോന്നും. നാം നമ്മുടെ ശരീരത്തിന്റെ പൊരുളുകൾ വീണ്ടെടുക്കുകയും അതിന്റെ മുറിവുകളിലേക്ക് ഇറങ്ങി നിൽക്കുകയും ചെയ്യുമ്പോൾ ഭൂമിയുടെ ശരീരസ്മൃതികളെയാണ് വീണ്ടെടുക്കുന്നത്. ഭൂമിയുടെ മുറിവുകളിലാണ് സ്പർശിക്കുന്നത്. അത്തരം സ്പർശങ്ങൾ സ്വയം ഭേദമാക്കുന്നതിനുള്ള ഔഷധങ്ങൾ കൂടിയാണെന്ന് ഈ കലാവിഷ്കാരം ഓർമ്മിപ്പിക്കുന്നുണ്ട്. വിത്തുകളും അവയെ പൊതിഞ്ഞു കാക്കുന്ന കരങ്ങളും നിൽക്കുന്ന മണ്ണും ആ ഓർമ്മയുടെ മൂർത്തമായ തലങ്ങളിലേക്ക് നമ്മെ നയിക്കുമെന്ന് തീർച്ചയാണ്.

വിത്തുകൾ അടിസ്ഥാനപരമായി കരുതലിന്റെ രൂപങ്ങളാണ്. ജീവൻ കാത്തുസൂക്ഷിക്കുന്ന ഒരാകൃതി. വളർന്നു വരാനിരിക്കുന്ന പച്ചയുടെ അടക്കം ചെയ്ത വാസസ്ഥാനമാണ് വിത്തുകൾ . വിത്തുകളെ പരിപാലിക്കുന്നതിലൂടെ കർഷകർ ജീവന്റെ പരിപാലനമാണ് ഏറ്റെടുത്തിരിക്കുന്നത്. കൃഷി, പരിപാലനത്തിന്റേയും പുനരുജ്ജീവനത്തിന്റേയും പ്രവർത്തിയായി, സംസ്കാരമായി മാറുന്നത് അപ്രകാരമാണ്. കലയിൽ വിത്തുകളെ പ്രതിഷ്ഠിക്കുന്നതിലൂടെ ജീവൻ എന്ന പ്രതിഭാസത്തെ കലയുടെ അടിസ്ഥാനമാക്കിത്തീർക്കുകയും ആ ജീവൻ പരിപാലിക്കുന്ന മനുഷ്യരിലൂടെ, മണ്ണിലൂടെ ഭൂമിയുടെ തന്നെ ജീവനെ കലയുടെ കേന്ദ്രത്തിലേക്ക് പുനരാനയിക്കുകയുമാണ് ചെയ്യുന്നത്. അങ്ങനെയാണ് ഈ പ്രതിഷ്ഠാപനങ്ങൾ ഓരോന്നും പുനരുജ്ജീവനത്തിന്റെ കല (Aesthetic of regeneration) ആയിത്തീരുന്നത്.

പരിസരവർണ്ണങ്ങളും വീട്ടുപാലറ്റുകളും

വീട്ടുതടങ്കലിന്റെ കാലത്ത് യാതൊന്നും ചെയ്യാനില്ലാതെ എന്തെങ്കിലുമൊക്കെ വരയ്ക്കുവാൻ തുടങ്ങിയിരുന്നു. കുറച്ചുനാൾ കൊണ്ടു തന്നെ കടലാസും നിറങ്ങളുമെല്ലാം തീർന്നു പോയി. അപ്പോൾ ഒരു നീണ്ട ശൂന്യതയുണ്ടായി. അങ്ങനെയാണ് ഞാനും മകളും കൂടി തൊടിയിലേക്കിറങ്ങി നടക്കാൻ തുടങ്ങിയത്. ആ നടത്തത്തിൽ നിന്ന് ധാരാളം ഇലകളും പൂവുകളും പലതരം കല്ലും മണ്ണും ഇലകളുമെല്ലാം ശേഖരിച്ചു. ഓരോ ചെടിയിലയ്ക്കും ഓരോ നിറം. ഓരോ കല്ലിനും ഓരോ നിറം. വരയ്ക്കുന്നതിനിടെ കയ്യിലും കടലാസിലും ഉണ്ടായി വന്ന അനേകം നിറങ്ങളിലേക്കും നിറഭേദങ്ങളിലേക്കും നോക്കി നിൽക്കെ ഇതെല്ലാം ഈ ചുറ്റുവട്ടത്തു തന്നെ ഉണ്ടായിരുന്നല്ലോ എന്ന ആശ്ചര്യം ഉണ്ടായി. വേണമെങ്കിൽ അതിനെ വീട്ടുചായങ്ങൾ, പരിസര ചായങ്ങൾ എന്നെല്ലാം വിളിക്കാം. വീട്ടുതൊടിയുടെ വിഭിന്നങ്ങളായ ഇക്കോളജിക്കൽ സാധ്യതകളിൽ ഒന്നായി ഈ നിറക്കൂട്ടിനെ കാണാം. അതാകട്ടെ ഓരോ പ്രാദേശിക

സമൂഹത്തിന്റേയും സാംസ്കാരികമായ അടിത്തറയുടെ അവിഭാജ്യ ഘടകമായിത്തീരുന്നുമുണ്ട്.

2

അടുക്കളത്തോട്ടത്തിന്റെ, ജൈവതയുടെ സാധ്യതകൾ നമുക്കറിയാം. വിപണിയുടെ മൂല്യങ്ങൾക്ക് പുറത്ത് നിരന്തരമായ അന്വേഷണങ്ങളുടെയും കണ്ടെത്തലുകളുടെയും ഒരു ജൈവലോകമാണ് അടുക്കളക്കൃഷിയും കാണിച്ചു തരുന്നത്. മണ്ണുമായി ബന്ധപ്പെട്ട, ആവാസ വ്യവസ്ഥയുമായി ബന്ധപ്പെട്ട ഒരു സവിശേഷ സൗന്ദര്യ ബോധം (aesthetics) അവിടങ്ങളിൽ രൂപപ്പെടുകയും നിശബ്ദമായി വളരുകയും ചെയ്യുന്നുണ്ട്. സൗന്ദര്യബോധം അല്ലെങ്കിൽ കലാത്മകത എന്നത് Studio - Gallery ദ്വന്ദ്വത്തിനുള്ളിൽ മാത്രം സാധ്യമാവുന്ന ഒന്നല്ല. നമ്മുടെ പ്രാദേശിക സംസ്കാരങ്ങളിലെല്ലാം കാണാവുന്ന ഗുപ്തമായതും പ്രകടമായതുമായ 'കലാത്മകത' തന്നെയാണ് വീട്ടുതൊടിയിലും സാധ്യമാവുന്നത്. ആ മണ്ണിലെ വിവിധങ്ങളായ ആവിഷ്കാരങ്ങൾ നമ്മൾ 'കല'യായി മനസിലാക്കുക പതിവില്ല എന്നു മാത്രം. ഭക്ഷ്യ വിപണിയോടും അഗ്രിബിസിനസിനോടും എതിരിടുന്ന അടുക്കളത്തോട്ടങ്ങളും പുരയിട സസ്യ മൃഗപരിപാലനവും എല്ലാം രുചിയുടെ സംസ്കാരത്തിൽ ആഴത്തിൽ ഇടപെടുന്നുണ്ട്. നാവിന്റെ രാഷ്ട്രീയം തിരിച്ചറിയുന്നവരെല്ലാം തദ്ദേശീയമായ രുചികളി ിലേയ്ക്കും നാട്ടുവിത്തുകളിലേക്കും സൂക്ഷ്മ വന്യതയുടെ അടുക്കളപ്പാഠങ്ങളിലേക്കും വഴിമാറി സഞ്ചരിച്ചു തുടങ്ങിയിട്ടുണ്ട്. ആഹാരം മാത്രമല്ല, ചിന്തയെയും ഭാവനയെയും സൗന്ദര്യ വീക്ഷണങ്ങളെയും എല്ലാം സ്വാധീനിക്കാൻ തക്ക ശേഷിയുള്ള വീട്ടുമണ്ണിൽ നിന്നാണ് മേൽപ്പറഞ്ഞ പ്രകൃതിയുടെ ചായക്കൂട്ടുകൾ നാം കണ്ടെത്തുന്നത്.

3

നമ്മുടെ തദ്ദേശീയ സംസ്കാരങ്ങളിലെല്ലാം കലർന്ന വർണ്ണബോധം, രൂപസങ്കല്പം ഏകീകൃതമായ ഒരു പദ്ധതിയിൻ കീഴിൽ അണി ചേരുന്നവയല്ല. ഓരോയിടത്തും അവിടുത്തെ തനതായ നിറഭേദങ്ങളും രൂപഭേദങ്ങളും മൊഴി- പെരുമാററ ഭേദങ്ങളും നിലനിൽക്കുന്നുണ്ട്.

ഓരോ ചെടിക്കും ഓരോ നാട്ടിലും വ്യത്യസ്തങ്ങളായ പ്രകരണങ്ങൾ ഉണ്ട്. ഔഷധവും വിഷവും അന്നവും അലങ്കാരവും ആഭിചാരവും ഒക്കെയായി അവ മാറിമറിയുന്നു. ചെത്തികളുടെയും ചെമ്പരത്തികളുടെയും പാലപ്പൂക്കളുടെയും കണിക്കൊന്നയുടെയും കൂവളത്തിന്റെയും തുളസിക്കതിരിന്റെയും അർത്ഥങ്ങൾ പലവിധമായ അടരുകളിലാണ് നിലനിൽക്കുന്നത്. ഓരോ ഊരിലേയും ആചാരാനുഷ്ഠാനങ്ങളോ ബാല്യകാല ലീലകളോ ഒക്കെ ഇങ്ങനെ പലതരം നിറങ്ങളിൽ സങ്കലനം ചെയ്തിരിക്കുന്നുവെന്ന് നമുക്കറിയാം. ഭൂമിശാസ്ത്രപരവും പാരിസ്ഥിതികവുമായ അറിവുകളിലും അനുഭവങ്ങളിലും നിന്നാണ് ഓരോ സാംസ്കാരിക സവിശേഷതയും രൂപപ്പെടുകയും നിലനിൽക്കുകയും പങ്കുവെക്കപ്പെടുകയും ചെയ്തിട്ടുള്ളത്. കളമെഴുത്തും കുതിരകെട്ടും പൂക്കളവും എല്ലാമെല്ലാം തദ്ദേശീയമായ ഭൂപ്രകൃതിയുടെ നിറഭേദങ്ങളെയാണ് ഉള്ളടക്കം ചെയ്യുന്നത്. കോമരങ്ങൾ ഉറഞ്ഞു തുള്ളുമ്പോൾ പടരുന്ന ചോരയും ഗുരുതിയുടെ വെള്ളവും തമ്മിൽ ചേരുന്ന സവിശേഷമായ നിറസങ്കലനം മണ്ണിൽ നിന്നു നിർമ്മിക്കപ്പെട്ട ഒരു വർണ്ണബോധവും സൗന്ദര്യബോധവുമാണ്. കേവല നിറമായി അവ നിലനിൽക്കുന്നില്ല. ഒരേ സമയം ശരീരത്തിലേക്കും മണ്ണിലേക്കും അത് കണ്ണിചേരുന്നുണ്ട്. ഭൗതികമായ - കൈകൊണ്ട് തൊട്ടറിയാവുന്ന തരത്തിൽ മൂർത്തതയുള്ള - ഒരു പ്രതലത്തിൽനിന്നാണ് അത്തരം നിറക്കൂട്ടുകൾ കണ്ടെത്തപ്പെടുന്നത്. മഞ്ഞനിറം മഞ്ഞളിനേയും മഞ്ഞൾ മണ്ണിനേയും പരസ്പരം ബന്ധിപ്പിക്കുകയാണ്. അത് ചോരയിൽ കലരുന്നതും മുറിവുണക്കുന്നതും ആയിരക്കണക്കിനു വർഷങ്ങളിലൂടെ അനേകമനേകം തലമുറകളിലൂടെ കൈമാറിപ്പോന്ന തദ്ദേശീയമായ അറിവുകൂടിയാണ്. അറിവ് നേരറിവായിത്തീരുന്നു. അറിവ് അനുഭവമായിത്തീരുന്നു. നാട്ടുകലകളുടെയും നാട്ടുവ്യവഹാരങ്ങളുടെയുമെല്ലാം ഒരടര് ഈ അറിവാണ്. അറിവിനെപ്പറ്റിയുള്ള തിരിച്ചറിവാണ്.

4

വിപണിയിൽ ലഭ്യമായ കോർപറേറ്റ് കമ്പനിയുല്പന്നമായ ഒരു കളർ ബോക്സ് നമുക്ക് നൽകുന്ന നിറ സങ്കല്പത്തെക്കുറിച്ച് നാം ആലോചിക്കേണ്ടതുണ്ട്. ചുവപ്പുരാശി കലർന്ന ഇളം തവിട്ടു നിറത്തെ

flesh tone എന്ന് പേരിട്ട് വിളിക്കുന്ന വർണ്ണബോധം വംശീയമായ അധിനിവേശത്തിന്റെ അടയാളമാണ് എന്ന് നമുക്കറിയാം. വിഭിന്ന സമൂഹങ്ങളെപ്പറ്റി അവയുണ്ടാക്കുന്ന മുൻവിധികൾ എങ്ങനെയാണ് നിഷ്കളങ്കമായ ചിത്രണങ്ങളിലൂടെ നമ്മിലേക്ക് കലരുന്നത് എന്നും ഓർമ്മിക്കേണ്ടതുണ്ട്. ഓരോരുത്തരും അവരുടേതായ പാലറ്റുകൾ, ചായത്തട്ടുകൾ നിർമ്മിക്കുകയും അത്തരം നിറക്കൂട്ടുകൾ കൊണ്ട് ചിത്രമോ സങ്കല്പ ചിത്രമോ വരക്കുകയും ചെയ്യുന്നത് ആഗോളീകൃത കലയുടെയും കോർപ്പറേറ്റ് - ക്യൂറേറ്റഡ് ഗ്യാലറികളുടെയും കാലത്ത് ഏറെ പ്രധാനമാണ്. ചെമ്പരത്തിപ്പൂവുകൊണ്ട്, ഉള്ളംകയ്യിലുണ്ടാക്കിയ നിറം കൊണ്ട് എത്ര ചിത്രങ്ങൾ നിങ്ങൾ വരച്ചു എന്നതല്ല മറിച്ച് കയ്യെത്തിച്ചാൽ കണ്ടെത്തിയേക്കാവുന്ന ഒരു പൂവിതളിനുള്ളിൽ, ഇലയിൽ, കായിൽ, കല്ലിൽ സ്വന്തം നാടിന്റെ ശരീരബദ്ധമായ വർണ്ണാനുഭവം, അതിന്റെ ജൈവ ചരിത്രം, മറഞ്ഞിരിക്കുന്നു എന്ന് തിരിച്ചറിയുകയാണ്, അതിന്റെ രാഷ്ട്രീയ സാധ്യതകൾ മനസ്സിലാക്കുകയാണ്, അതിന്റെ ജൈവികമായ സൗന്ദര്യത്തെക്കൂടി സ്പർശിക്കുകയാണ് പ്രധാനം എന്നും കരുതേണ്ടതുണ്ട്.

കല്ലും വെള്ളവും: റിംസന്റെ അമ്മക്കല്ല് തൊട്ടുനോക്കുമ്പോൾ

വലിയ ഒരു പാറയിൽ നിന്ന് പരുക്കനായി മുറച്ചെടുത്ത ചതുരക്കല്ലാണ് എൻ.എൻ. റിംസന്റെ 'അമ്മവീട്' എന്ന ശില്പം. കൊച്ചി ദർബാർ ഹാൾ മുറ്റത്ത് സ്ഥാപിക്കപ്പെട്ട ഈ ശില്പത്തിന്റെ മുകൾ ഭാഗം സ്ത്രീയുടെ നിറവയറിന്റെ ആകൃതിയിൽ ചെത്തിമിനുക്കിയിട്ടുണ്ട്. ഉദരത്തിനു മദ്ധ്യഭാഗത്ത് പൊക്കിൾക്കുഴിയും കാണാം. അമ്മവീട് എന്ന പേര് ശില്പത്തിന്റെ കീഴറ്റത്ത് കൊത്തിയെഴുതിയിരിക്കുന്നു. ഒറ്റ നോട്ടത്തിൽ മുകൾഭാഗം മിനുസപ്പെടുത്തിയ ഒരു കല്ലുമാത്രമായി, പാർക്കിൽ ഇരിപ്പിടമായി കാണാവുന്നതാണ് ഈ ശില്പം. കല്ലിനെ ശില്പത്തിന്റെ അർത്ഥാന്തരങ്ങളിലേക്ക് നയിക്കുന്നത് അതിന്റെ പേരാണ്. അമ്മ വീട് അമ്മയുടെ വീടാണ്. അമ്മ വിട്ടുപോന്ന വീടുമാണ്. അമ്മയുടെ ഉള്ളിലുള്ള വീടുമാണ്. ഗർഭകാലത്തിൻറെ ഓർമ്മ പോലെ ആ പേര് ശില്പത്തെ കൊത്തി പൂർത്തിയാക്കാൻ ശ്രമിക്കുന്നുണ്ട്. ഒരു ജീവി യെന്ന നിലയിൽ ഏറ്റവും ആദ്യത്തെ അഭയസ്ഥാനം, പാർപ്പിടം, അമ്മയുടെ ശരീരം തന്നെയാണ്. മാതൃശരീരത്തിൽ ഗർഭജലത്തിൽ ആണ്ടുകിടക്കുന്ന കാലത്തെ ഒരു പറുദീസാനഷ്ടമെന്നു കാണുവാൻ

പ്രയാസമില്ല. ഓരോ മനുഷ്യനും അബോധമായെങ്കിലും തിരിച്ചുപോകാനാഗ്രഹിക്കുന്ന അമ്മവീട്, ഗർഭപാത്രം, അതിൻറെ ശരീരാകൃതിയോടെ ഈ മുറ്റത്തുനിൽക്കുന്നു. മഴയും വെയിലും കാറ്റും കൊള്ളുന്നു. ഗ്യാലറികളിലല്ല ഈ ശില്പം ജീവിക്കുന്നതും വളരുന്നതും, വെറും മണ്ണിലാണ്. മണ്ണിന്റെ, ഭൂമിയുടെ ജൈവികമായ മടിത്തട്ടിലാണ് ഈ 'അമ്മക്കല്ല്' വളരുന്നത്. കുഞ്ഞിനെ വളർത്തുന്നത്. കല്ല്, ഉറഞ്ഞ രൂപമാണ്. ഖരത്വമാണ് അതിന്റെ സവിശേഷത. ഭാരമാണ് അത് ഉന്നയിക്കുന്നത്. നിശ്ചലതയാണ് അതിന്റെ ഭാഷ. എന്നാൽ ഈ ശില്പം ദ്രവസ്വഭാവിയാണ്. ഒഴുകുന്നതാണ്, രൂപം മാറുന്നതാണ്. നിറഞ്ഞ വയറിന്റെ ദൃശ്യകേന്ദ്രത്തിൽനിന്നും നമ്മുടെ നോട്ടം വശങ്ങളിലേക്കും താഴ്ഭാഗത്തേക്കും നീങ്ങുമ്പോൾ നമ്മൾ ലിപികളിലെത്തുന്നു. 'അമ്മവീട്' എന്ന് നമ്മൾ മലയാളത്തിൽ വായിക്കുന്നു. എല്ലാ ലിപികളും ചിത്രങ്ങളാണ്. ആകൃതികളാണ്. കല്ലിന്റെ കീഴറ്റത്തെ ലിഖിതം, അമ്മവീട്ടിലേക്കുള്ള വഴി തുറക്കുന്നതായിക്കാണാം. അമ്മവീട് ഗർഭപാത്രവും അവിടേയ്ക്കുള്ള വഴിയുമാണ്. ശിൽപ്പത്തിൽ ഇല്ലാത്ത ഒരു ശില്പത്തെ നാമിവിടെ കാണുന്നു. നിറവയറിനു താഴെ തുടയിടുക്കിൻറെ പരുപരുത്ത സ്ഥലം അമ്മവീട് എന്ന ലിഖിതം കാണിച്ചു തരുന്നു. അഥവാ വായിച്ചു തരുന്നു. അമ്മവീടിന്റെ ജലാർദ്രമായ ഭാവനകളിലേക്കുള്ള വഴുവഴുപ്പുള്ള ഒരു വഴി ആ ലിഖിതം കാണിക്കുന്നു. ഗർഭപാത്രവും യോനിയും ജലത്തിന്റെ ഭാഷയാണ് സംസാരിക്കുന്നത്. കല്ലിനുള്ളിൽ ഉറവകൾ മറഞ്ഞു കിടക്കുമ്പോലെ ഈ അമ്മക്കല്ലിനുള്ളിൽ, ഗർഭത്തിനുള്ളിൽ നിറഞ്ഞു കവിയുന്ന ജലം വാക്കിലൂടെ പുറത്തേക്ക് ഒഴുകുന്നു. അത് മണ്ണിലേക്കുള്ള ഒഴുക്കുതന്നെയാണ്. കല്ല് എന്ന പദാർത്ഥം വസ്തു എന്ന നിലയിലും അർത്ഥം എന്ന നിലയിലും കനമുള്ള, ഉറഞ്ഞു കൂടിയ ഒന്നിനെ സൂചിപ്പിക്കുന്നു. ചോര കല്ലിക്കുക, മനസ്സ് കല്ലാവുക തുടങ്ങിയ പ്രയോഗങ്ങൾ നമുക്ക് പരിചിതവുമാണ്. വേദനകൾ ഉറഞ്ഞ് കട്ടിയായി, കല്ലുപോലെ ആയിത്തീർന്ന മനുഷ്യരെ നാം കണ്ടിട്ടുണ്ട്. മൃദുവായ, വൈകാരികമായ സംവേദനങ്ങൾ അന്യമായ ഒരവസ്ഥയെക്കൂടി അതു സൂചിപ്പിക്കുന്നുണ്ട്. എന്നാൽ ഓരോ കല്ലിനുള്ളിലും ആദൃശ്യമായി ഒഴുകുന്ന ദ്രവരാശിയെ തിരയുകയോ

കണ്ടെത്തുകയോ ചെയ്യുകയാണ് റിംസന്റെ ഈ പുറം ശില്പം. സ്ത്രൈണതയെക്കുറിച്ച് പൊതുബോധം പുലർത്തിപ്പോരുന്ന ദൃഢതയെയും മൃദുലതയെയും കുറിച്ചുള്ള സങ്കല്പങ്ങളിൽ നിന്ന് ഏറെ ദൂരം ചെല്ലുന്ന ഈ അമ്മവീട്. ഭൂമിശാസ്ത്രപരമായിക്കൂടി കല്ലുകൾ കടന്നുപോന്നിട്ടുള്ള ചരിത്രത്തെ ഇവിടെ ചേർത്തു വായിക്കേണ്ടതുണ്ട്. നമ്മുടെ ഗ്രഹത്തിൽ ആദ്യമായി വെള്ളം ഉണ്ടായിത്തീർന്നത് ഈ ഉപരിതലത്തിൽ വന്നുവീണ ആസ്റ്ററോയ്ഡുകളിൽ നിന്നാണെന്ന് നാമോർക്കുന്നു. കല്ലിനുള്ളിലെ ജലകണങ്ങളാണ് പിന്നീട് സമുദ്രങ്ങൾ ആയിത്തീർന്നത്. സമുദ്രങ്ങളിൽ നിന്ന് ജീവന്റെ ആദ്യ മിടിപ്പുകൾ ഉണ്ടായി. ഓരോ കല്ലിനും ജീവനുമായുള്ള ഈ ബന്ധം തിരിച്ചറിയുക എന്നത് പ്രധാനമാണ്. കലാവസ്തുവെക്കാൾ അതു നിർമ്മിക്കാനുപയോഗിച്ച മാധ്യമം തന്നെ കലയായിത്തീരുന്ന തരം ഒരു ചേർച്ച ഇവിടെ ദൃശ്യമാവുന്നുണ്ട്. ഒരു പക്ഷേ മറ്റേതൊരു മാധ്യമത്തിൽ ചെയ്യുന്നതിനേക്കാൾ വിസ്തൃതമായ അനുഭവങ്ങളിലേക്കും ഓർമ്മകളിലേക്കും നയിക്കാൻ ഈ കരിങ്കല്ലിനു കഴിയുന്നു. വീട് ഒരു ആവാസ വ്യവസ്ഥ കൂടിയാണ്. പാർപ്പിടം മണ്ണുമായുള്ള മനുഷ്യരുടെ ബന്ധത്തെ അടയാള പ്പെടുത്തുന്നു. മലയാളിയുടെ ചരിത്രം മണ്ണുമായുള്ള വിവിധ തരം അഭിമുഖീകരണങ്ങളുടെ കൂടി ചരിത്രമാണ്. പാറയ്ക്കുള്ളിൽ നിന്ന് വെള്ളം കണ്ടെത്തുന്ന അറിവിന്റേയും കല്ലിലും ഇലയിലും പ്രാണനെ കണ്ടെത്തുന്ന ഭാവനയുടെയും ചരിത്രമാണത്. പാരിസ്ഥിതികമായ ഈ അടരിലേക്കാണ് റിംസൺ തന്റെ കല്ല് നീക്കിവെക്കുന്നത്. മരച്ചുവട്ടിൽ വെച്ചാരാധിക്കുന്ന തദ്ദേശീയമായ, ഗോത്രപരമായ ഒരു സംസ്കാരത്തിന്റെ തുടർച്ചയിലാണ് അത് നിൽക്കുന്നത്. ഹൈന്ദവമായ മതിൽക്കെട്ടുകൾക്കും ശ്രീകോവിലുകൾക്കും പ്രതിഷ്ഠകൾക്കുമടിയിൽ മറഞ്ഞുപോയ അനേകമനേകം ദൈവക്കല്ലുകളുടെ ഓർമ്മ അത് ഉണർത്തുന്നു. ശിലാലിഖിതങ്ങളുടെ കാലത്തു നിന്നും കരിങ്കൽ ക്വാറികൾ തുരന്നു തീർക്കുന്ന പശ്ചിമഘട്ടത്തിന്റെ ചെരുവിൽ, വിട്ടുപോന്ന ഒരിടത്തിനും ഇടിഞ്ഞു കൊണ്ടിരിക്കുന്ന ഒരിടത്തിനുമിടയിൽ ഈ അമ്മക്കല്ല് ഒരു പാലമുണ്ടാക്കുന്നുണ്ട്.

അവലംബം : അമ്മവീട്, കരിങ്കൽ ശില്പം, എൻ എൻ റിംസൺ, ദർബാർ ഹാൾ, കൊച്ചി

ചിത്രങ്ങൾ

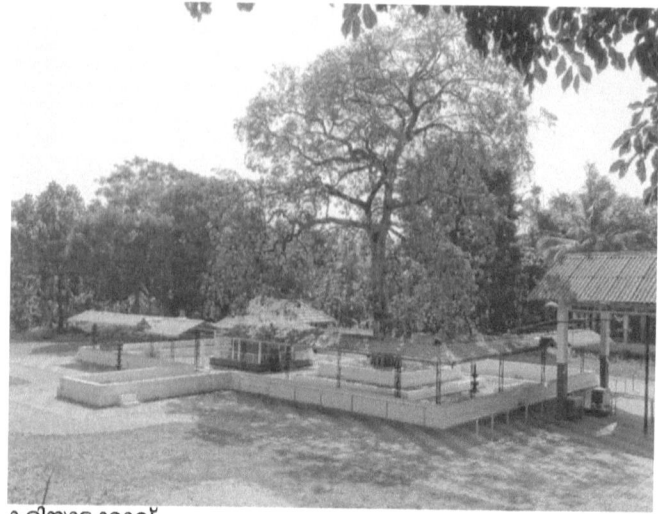

കളിയാട്ടക്കാവ്

കുതിരവരവ്

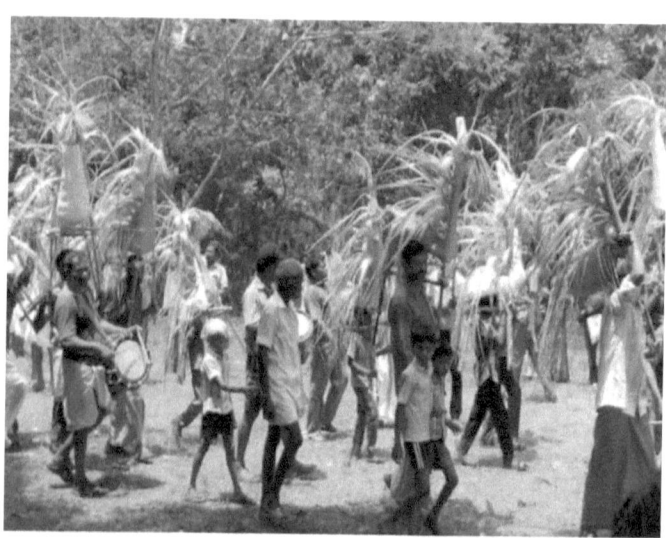

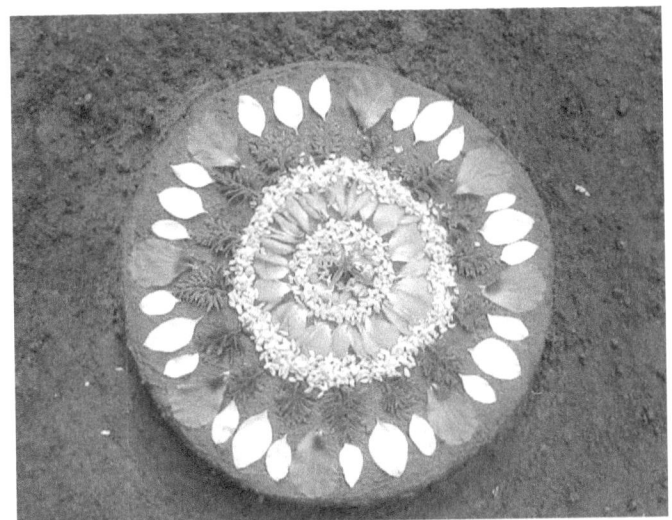

പൂക്കളം

പാലക്കൊമ്പ്

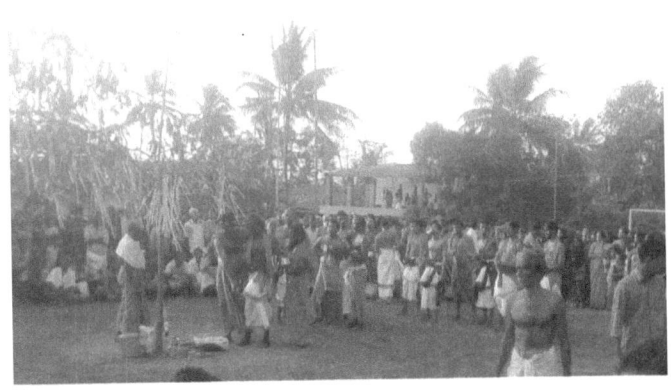

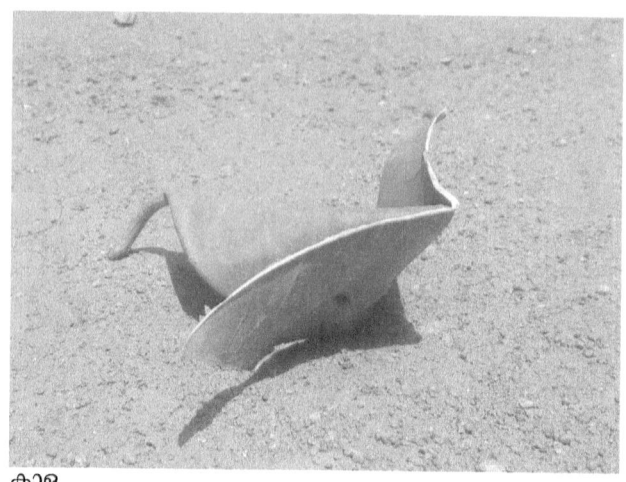

കാള

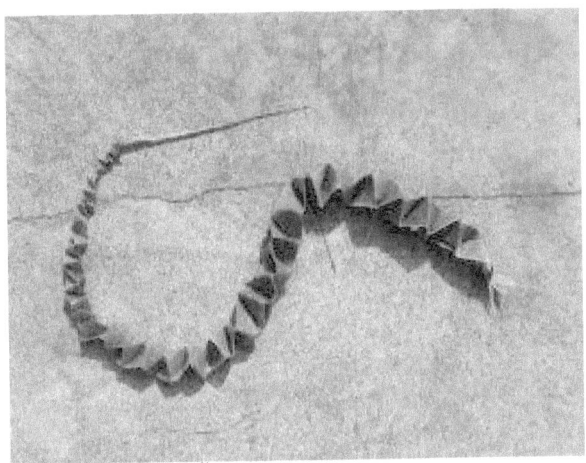

ഓലപ്പാമ്പ്

മണ്ണപ്പം

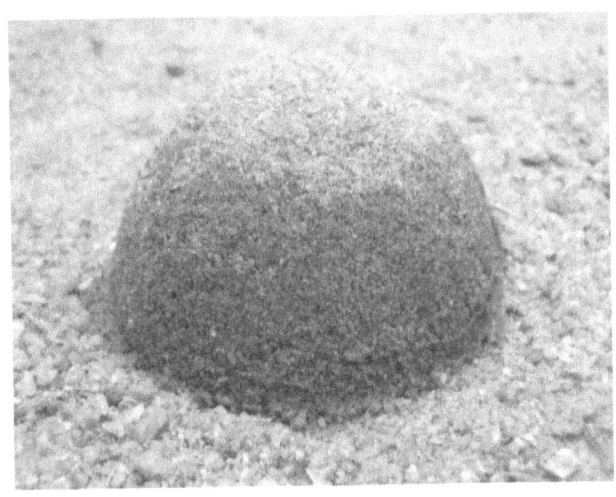

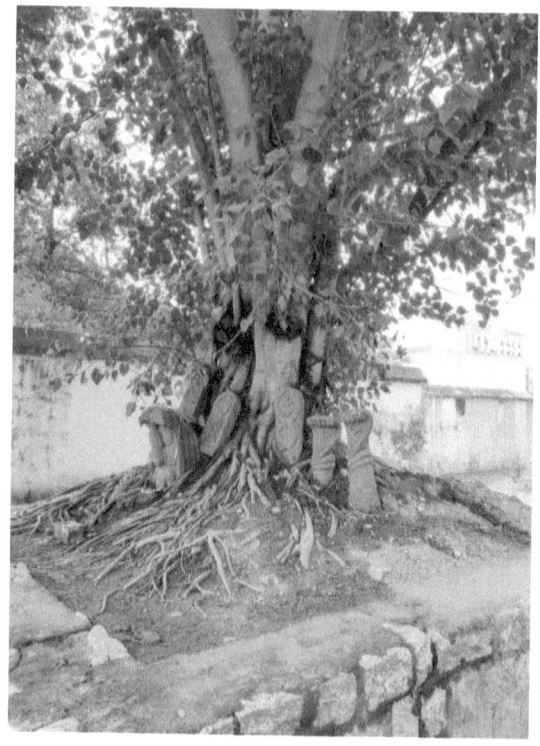

വൃക്ഷവും ദൈവവും

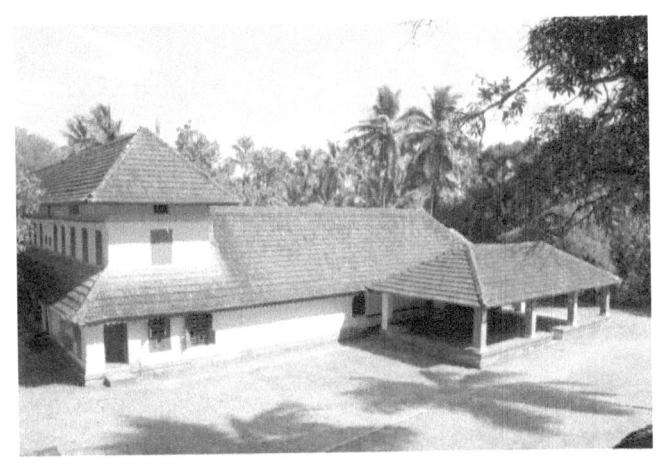

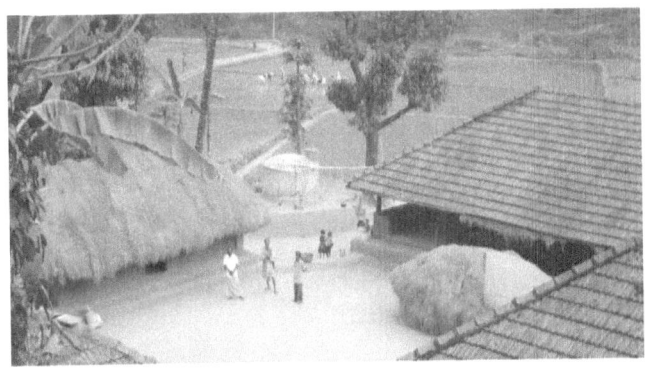

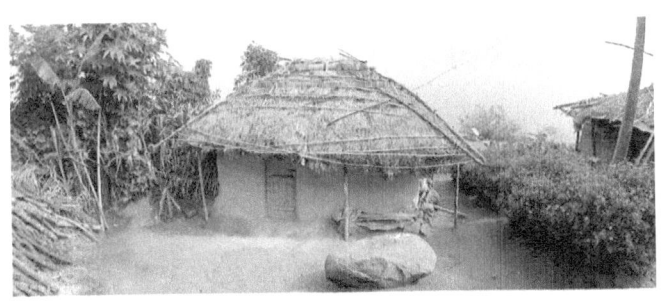

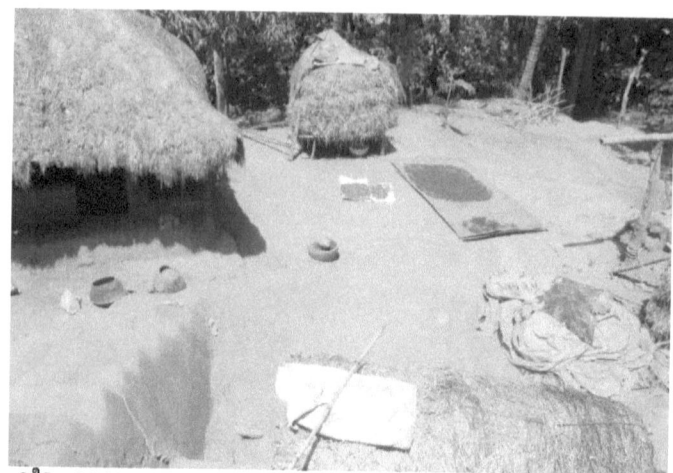

വീടും മുറ്റവും

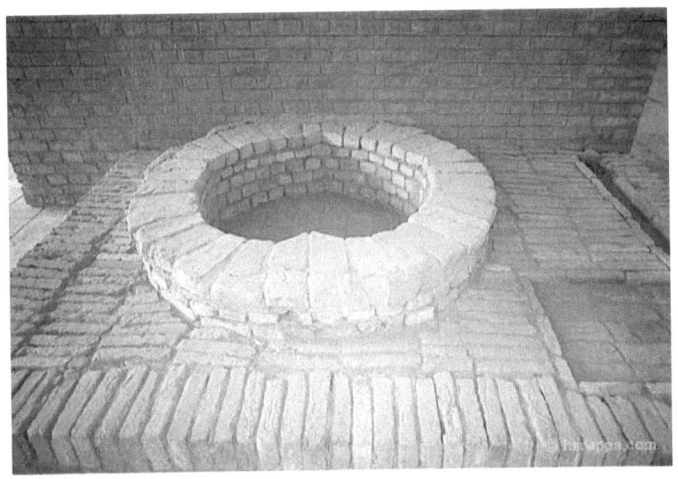

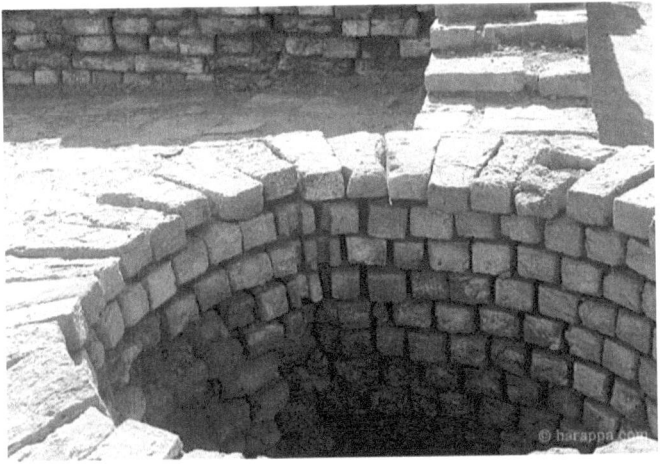

കിണറുകൾ/സിന്ധു നദീതടം

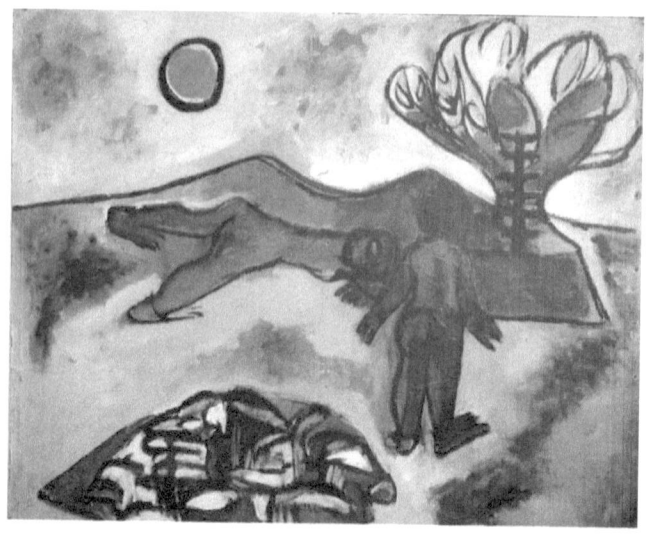

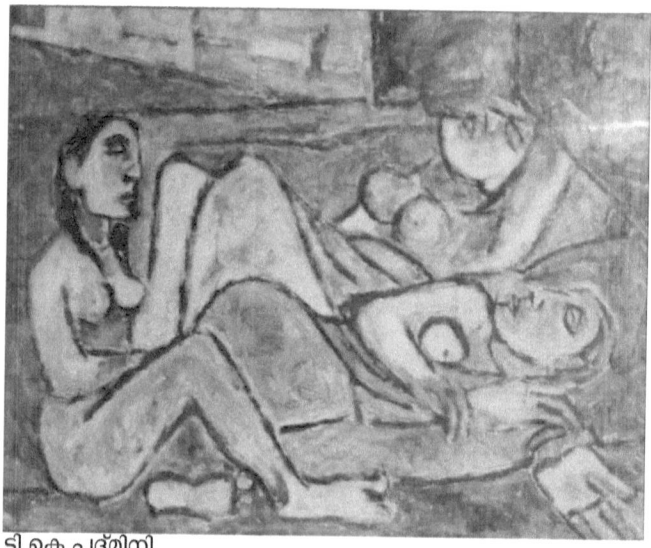

ടി കെ പദ്മിനി

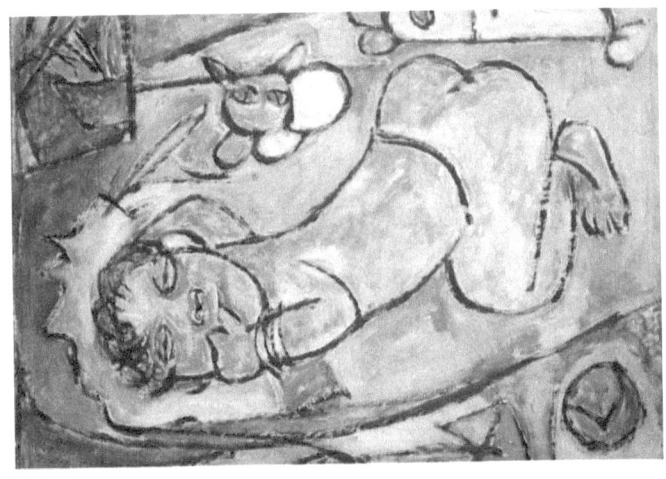

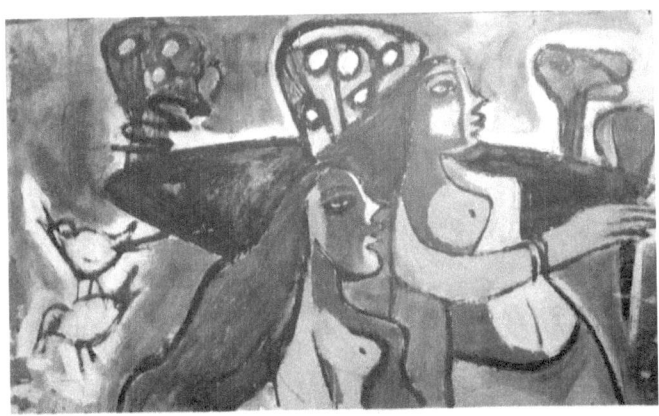

ടി കെ പദ്മിനി

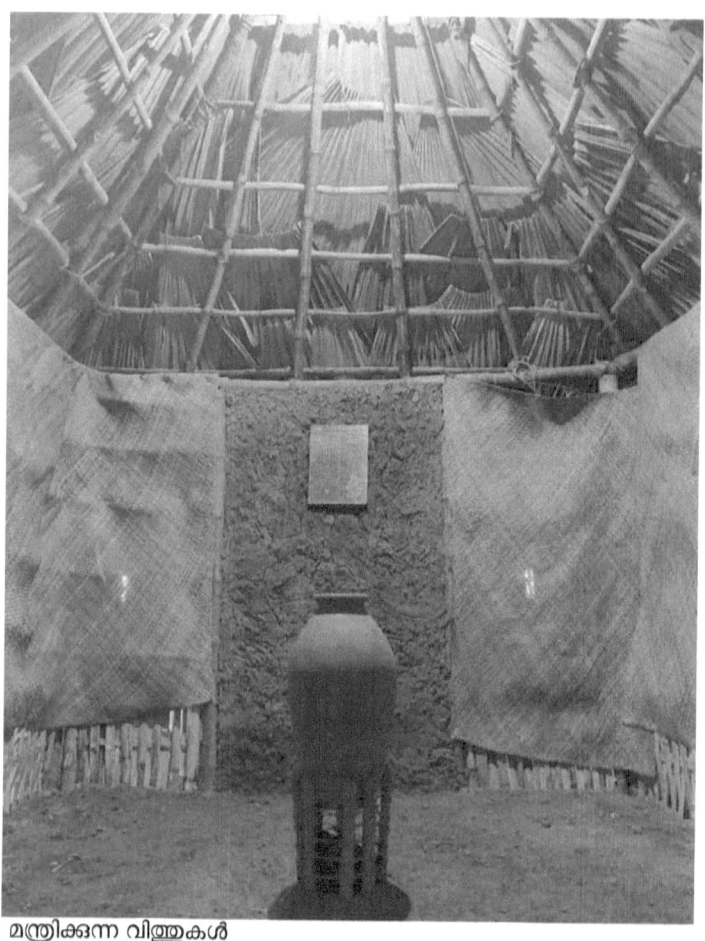

മന്ത്രിക്കുന്ന വിത്തുകൾ

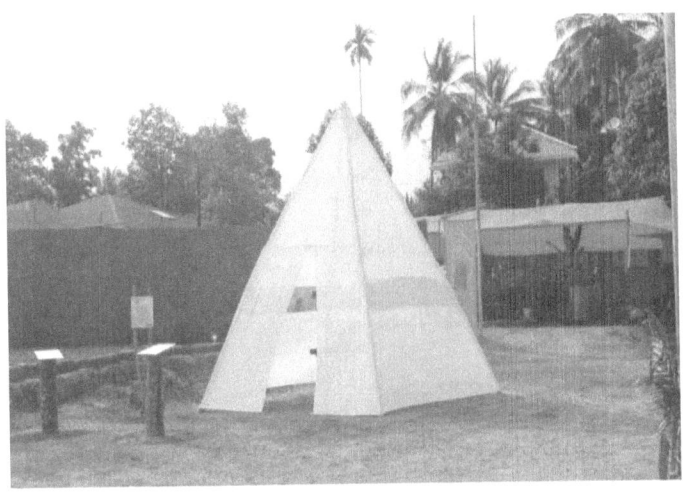

വിത്തിനുകാവൽ

എൻ എൻ റിംസൺ

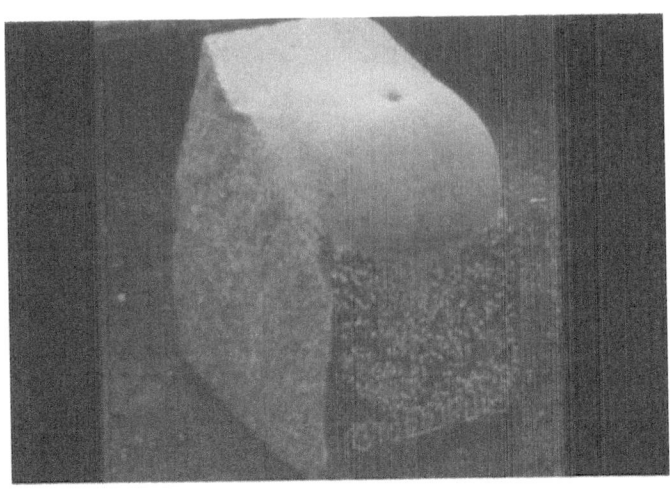

സഹായക ഗ്രന്ഥങ്ങൾ

1.വിജയകുമാർ മേനോൻ, 2015, ഭാരതീയ ലാവണ്യ വിചാരവും കലാപാരസ്പര്യവും, കേരള സാഹിത്യ അക്കാദമി, തൃശ്ശൂർ

2.വിജയകുമാർ മേനോൻ, 2011,ഭാരതീയ കലാചരിത്രം, കേരളസാഹിത്യഅക്കാദമി,തൃശ്ശൂർ

3.സോമൻ,പി., 2007, ഫോക്ലോർ സംസ്കാരം, കേരള ഭാഷാ ഇൻസ്റ്റിറ്റ്യൂട്ട്, തിരുവനന്തപുരം

4.വിഷ്ണുനമ്പൂതിരി, എം.വി., 2010, ഫോക്ലോർ നിഘണ്ടു, കേരള ഭാഷാ ഇൻസ്റ്റിറ്റ്യൂട്ട്, തിരുവനന്തപുരം

5.കലാചന്ദ്രൻ, 2014, കാവും കളിയാട്ടവും, കേരള സാഹിത്യ അക്കാദമി, തൃശ്ശൂർ

6.കലാചന്ദ്രൻ,2019,പാട്ടുംദേശവും,വള്ളത്തോൾവിദ്യാപീഠം, ശുകപുരം

7.ഭാസ്കരനുണ്ണി,പി., 2012, പത്തൊമ്പതാം നൂറ്റാണ്ടിലെ കേരളം, കേരള സാഹിത്യ അക്കാദമി, തൃശ്ശൂർ

8.ശ്രീകണ്ഠേശ്വരം,2013,ശബ്ദതാരാവലി,എൻ.ബി.എസ്, കോട്ടയം

9.സുനിൽ പി. ഇളയിടം,2007, ഉരിയാട്ടം, ഡിസി ബുക്സ്, കോട്ടയം

10.എം. ആർ. രമേഷ്, തോട, ഒലിവ്, കോഴിക്കോട്

11.C.F. John, Thomas H. Pruiksma,2015, Body and Earth, Elements, kozhikkode

12.Savithri Rajeevan, 2010,Reclaiming an Indian artist, Kerala Lalithakala academy, Thrissur